KINH
BỐN MƯƠI HAI
CHƯƠNG

KINH BỐN MƯƠI HAI CHƯƠNG

NGUYỄN MINH TIẾN *Việt dịch và chú giải*

Copyright © 2019 by UBP (United Buddhist Publisher)

ISBN-13: 978-1-0919-3940-0
ISBN-10: 1-0919-3940-3

Bản quyền thuộc về dịch giả và Nhà xuất bản Liên Phật Hội. Hoan nghênh phổ biến nhưng vui lòng không tùy tiện chỉnh sửa hoặc thay đổi, thêm bớt nội dung.

KINH BỐN MƯƠI HAI CHƯƠNG

[TỨ THẬP NHỊ CHƯƠNG KINH]

ĐỜI HẬU HÁN, CA-DIẾP MA-ĐẰNG VÀ TRÚC PHÁP LAN
DỊCH SANG HÁN NGỮ
NGUYỄN MINH TIẾN Việt dịch và chú giải

UNITED BUDDHIST PUBLISHER
NHÀ XUẤT BẢN LIÊN PHẬT HỘI

NỘI DUNG

NGHI THỨC KHAI KINH 5

PHẦN DỊCH ÂM 13

PHẦN DỊCH NGHĨA 39

NGHI THỨC KHAI KINH

(Phần nghi thức này không thuộc Kinh văn nhưng cần tụng niệm trước để tâm thức được an tịnh trước khi đi vào tụng đọc Kinh văn)

NIÊM HƯƠNG

(Thắp đèn đốt hương trầm, đứng ngay ngắn chắp tay ngang ngực thầm niệm theo nghi thức dưới đây.)

Tịnh pháp giới chân ngôn:
Án lam tóa ha.

(3 lần)

Tịnh tam nghiệp chân ngôn:
Án ta phạ bà phạ, thuật đà ta phạ, đạt ma ta phạ, bà phạ thuật độ hám.

(3 lần)

(Chủ lễ thắp 3 cây hương, quỳ ngay ngắn nâng hương lên ngang trán niệm bài Cúng hương sau đây.)

CÚNG HƯƠNG TÁN PHẬT

Nguyện thử diệu hương vân,
Biến mãn thập phương giới.
Cúng dường nhất thiết Phật,
Tôn Pháp, chư Bồ Tát,
Vô biên Thanh văn chúng,
Cập nhất thiết thánh hiền.
Duyên khởi quang minh đài,
Xứng tánh tác Phật sự.
Phổ huân chư chúng sanh,
Giai phát Bồ-đề tâm,
Viễn ly chư vọng nghiệp,
Viên thành vô thượng đạo.

(Chủ lễ xá 3 xá rồi đọc bài Kỳ nguyện dưới đây.)

KỲ NGUYỆN

Tư thời đệ tử chúng đẳng phúng tụng kinh chú, xưng tán hồng danh, tập thử công đức, nguyện thập phương thường trú Tam bảo, Bổn sư Thích-ca Mâu-ni Phật, Tiếp

Dẫn Đạo Sư A-di-đà Phật... từ bi gia hộ đệ tử... ..... Pháp danh... .... phiền não đoạn diệt, nghiệp chướng tiêu trừ, thường hoạch kiết tường, vĩnh ly khổ ách. Phổ nguyện âm siêu dương thới, hải yến hà thanh, pháp giới chúng sanh tề thành Phật đạo.

(Cắm hương ngay ngắn vào lư hương rồi đứng thẳng chắp tay niệm bài Tán Phật sau đây.)

TÁN PHẬT

Pháp vương vô thượng tôn,
Tam giới vô luân thất.
Thiên nhân chi Đạo sư,
Tứ sanh chi từ phụ.
Ư nhất niệm quy y,
Năng diệt tam kỳ nghiệp.
Xưng dương nhược tán thán,
Ức kiếp mạc năng tận.

QUÁN TƯỞNG

Năng lễ sở lễ tánh không tịch,

Cảm ứng đạo giao nan tư nghì.

Ngã thử đạo tràng như đế châu,

Thập phương chư Phật ảnh hiện trung.

Ngã thân ảnh hiện chư Phật tiền,

Đầu diện tiếp túc quy mạng lễ.

Chí tâm đảnh lễ: Nam-mô tận hư không biến pháp giới quá, hiện, vị lai thập phương chư Phật, Tôn pháp, Hiền thánh tăng thường trú Tam bảo.

(1 lạy)

Chí tâm đảnh lễ: Nam-mô Ta-bà Giáo chủ Bổn sư Thích-ca Mâu-ni Phật, Đương lai hạ sanh Di-lặc Tôn Phật, Đại trí Văn-thù-sư-lợi Bồ Tát, Đại hạnh Phổ Hiền Bồ Tát,

Hộ Pháp Chư Tôn Bồ Tát, Linh Sơn Hội Thượng Phật Bồ Tát.

(1 lạy)

Chí tâm đảnh lễ: Nam-mô Tây phương Cực Lạc Thế giới Đại từ Đại bi A-di-đà Phật, Đại bi Quán Thế Âm Bồ Tát, Đại Thế Chí Bồ Tát, Đại nguyện Địa Tạng Vương Bồ Tát, Thanh Tịnh Đại Hải Chúng Bồ Tát.

(1 lạy)

(Từ đây bắt đầu khai chuông mõ, đại chúng đồng tụng.)

TÁN HƯƠNG

Lư hương xạ nhiệt,
Pháp giới mông huân,
Chư Phật hải hội tất diêu văn,
Tùy xứ kiết tường vân,
Thành ý phương ân,
Chư Phật hiện toàn thân.

Nam-mô Hương Vân Cái Bồ Tát Ma-ha-tát.

(3 lần)

CHÚ ĐẠI BI

Nam-mô Đại Bi Hội Thượng Phật Bồ Tát.

(3 lần)

Thiên thủ thiên nhãn vô ngại đại bi tâm đà-la-ni.

Nam mô hắc ra đát na đa ra dạ da. Nam mô a rị da, bà lô yết đế, thước bát ra da, bồ đề tát đỏa bà da, ma ha tát đỏa bà da, ma ha ca lô ni ca da. Án, tát bàn ra phạt duệ, số đát na đát tỏa.

Nam mô tất kiết lật đỏa y mông, a rị da bà lô kiết đế, thất phật ra lăng đà bà.

Nam mô na ra cẩn trì hê rị, ma ha bàn đa sa mế, tát bà a tha đậu du bằng, a thệ dựng, tát bà tát đa, na ma bà dà, ma phạt đạt đậu, đát điệt tha. Án a bà lô hê, lô ca đế, ca ra đế, di hê rị, ma ha bồ đề tát đỏa, tát bà tát bà, ma ra ma ra, ma hê ma hê, rị đà dựng cu lô cu lô, kiết mông độ lô độ lô, phạt xà da dế, ma ha phạt xà da dế, đà ra đà ra, địa rị ni, thất Phật ra da, dá ra dá ra. Mạ mạ phạt ma ra, mục đế lệ, y hê y hê, thất na thất na, a ra sâm Phật ra xá lợi, phạt sa phạt sâm, Phật ra xá da, hô lô hô lô ma ra, hô lô hô lô hê rị, ta ra ta ra, tất rị tất rị, tô rô tô rô, bồ đề dạ bồ đề dạ, bồ đà dạ bồ đà dạ, di đế rị dạ, na ra cẩn trì địa rị sắc ni na, ba dạ ma na, ta bà ha. Tất đà dạ, ta bà ha. Ma ha tất đà dạ ta bà ha. Tất đà du nghệ, thất bàn ra dạ, ta bà ha. Na ra cẩn trì, ta bà ha. Ma ra na ra, ta bà ha. Tất ra tăng a mục khê da, ta bà ha. Ta bà ma ha, a tất đà dạ, ta bà ha. Giả kiết ra a tất đà dạ, ta bà ha. Ba đà ma yết, tất đà dạ, ta bà ha. Na ra cẩn trì bàn đà ra dạ, ta bà ha. Ma bà lỵ thắng yết ra dạ, ta bà ha.

Nam mô hắc ra đát na đa ra dạ da. Nam mô a rị da bà lô yết đế, thước bàn ra dạ, ta bà ha.

Án tất điện đô, mạn đa ra, bạt đà dạ, ta bà ha. *(3 lần)*

Nam-mô Bổn sư Thích-ca Mâu-ni Phật.

(3 lần)

KHAI KINH KỆ

Vô thượng thậm thâm vi diệu pháp,
Bá thiên vạn kiếp nan tao ngộ,
Ngã kim kiến văn đắc thọ trì,
Nguyện giải Như Lai chân thật nghĩa.

Nam-mô Liên Trì Hải Hội Phật Bồ Tát.

(3 lần)

PHẦN DỊCH ÂM

TỨ THẬP NHỊ CHƯƠNG KINH

(Hậu Hán Ca-diếp Ma-đằng cộng Pháp Lan dịch)

KINH TỰ

Thế Tôn thành đạo dĩ, tác thị tư duy: "Ly dục tịch tĩnh, thị tối vi thắng." Trụ đại thiền định, hàng chư ma đạo. Ư Lộc dã uyển trung, chuyển Tứ đế Pháp luân, độ Kiều-trần-như đẳng ngũ nhân nhi chứng đạo quả.

Phục hữu tỳ-kheo sở thuyết chư nghi, cầu Phật tấn chỉ. Thế Tôn giáo sắc, nhất nhất khai ngộ, hiệp chưởng kính nặc, nhi thuận tôn sắc.

ĐỆ NHẤT CHƯƠNG
XUẤT GIA CHỨNG QUẢ

Phật ngôn: Từ thân xuất gia, thức tâm đạt bổn, giải vô vi pháp, danh viết sa-môn. Thường hành nhị bá ngũ thập giới, tấn chí thanh tịnh, vi Tứ chân đạo hạnh, thành A-la-hán.

A-la-hán giả năng phi hành biến hóa, khoáng kiếp thọ mạng, trụ động thiên địa. Thứ vi A-na-hàm.

A-na-hàm giả, thọ chung linh thần thướng Thập cửu thiên, chứng A-la-hán. Thứ vi Tư-đà-hàm.

Tư-đà-hàm giả, nhất thướng nhất hoàn, tức đắc A-la-hán. Thứ vi Tu-đà-hoàn.

Tu-đà-hoàn giả, thất tử thất sanh, tiện chứng A-la-hán.

Ái dục đoạn giả, như tứ chi đoạn, bất phục dụng chi.

ĐỆ NHỊ CHƯƠNG
ĐOẠN DỤC TUYỆT TRẦM

Phật ngôn: Xuất gia sa-môn giả đoạn dục khử ái, thức tự tâm nguyên, đạt Phật thâm lý, ngộ vô vi pháp, nội vô sở đắc, ngoại vô sở cầu, tâm bất hệ đạo, diệc bất kết nghiệp, vô niệm vô tác, phi tu phi chứng, bất lịch chư vị, nhi tự sùng tối, danh chi vi đạo.

ĐỆ TAM CHƯƠNG
CÁT ÁI KHỬ THAM

Phật ngôn: Thế trừ tu phát nhi vi sa-môn, thọ đạo pháp giả, khử thế tư tài, khất cầu thủ túc. Nhật trung nhất tự, thọ hạ nhất túc, thận vật tái hỹ. Sử nhân ngu tế giả, ái dữ dục dã.

ĐỆ TỨ CHƯƠNG
THIỆN ÁC TỊNH MINH

Phật ngôn: Chúng sanh dĩ thập sự vi thiện, diệt dĩ thập sự vi ác. Hà đẳng vi thập? Thân tam, khẩu tứ, ý tam. Thân tam giả: sát, đạo, dâm. Khẩu tứ giả: lưỡng thiệt, ác khẩu, vọng ngôn, ỷ ngữ. Ý tam giả: tật, nhuế, si. Như thị thập sự, bất thuận Thánh đạo, danh Thập ác hạnh. Thị ác nhược chỉ, danh Thập thiện hạnh nhĩ.

ĐỆ NGŨ CHƯƠNG
CHUYỂN TRỌNG LINH KHINH

Phật ngôn: Nhân hữu chúng quá, nhi bất tự hối. Đốn tức kỳ tâm, tội lai phó thân, như thủy quy hải tiệm thành thâm quảng. Nhược nhân hữu quá, tự giải tri phi, cải ác hành thiện, tội tự tiêu diệt, như bệnh đắc hãn, tiệm hữu thuyên tổn nhĩ.

ĐỆ LỤC CHƯƠNG
NHẪN ÁC VÔ SÂN

Phật ngôn: Ác nhân văn thiện, cố lai náo loạn giả. Nhữ tự cấm tức, đương vô sân trách. Bỉ lai ác giả, nhi tự ác chi.

ĐỆ THẤT CHƯƠNG
ÁC HOÀN BỔN THÂN

Phật ngôn: Hữu nhân văn ngô thủ đạo, hành đại nhân từ, cố trí mạ Phật. Phật mặc bất đối. Mạ chỉ. Vấn viết: Tử dĩ lễ tùng nhân, kỳ nhân bất nạp, lễ quy tử hồ? Đối viết: Quy hỹ.

Phật ngôn: Kim tử mạ ngã, ngã kim bất nạp, tử tự trì họa quy tử thân hỹ. Du hưởng ứng thanh, ảnh chi tùy hình, chung vô miễn ly. Thận vật vi ác.

ĐỆ BÁT CHƯƠNG
TRẦN THÓA TỰ Ô

Phật ngôn: Ác nhân hại hiền giả, du ngưỡng thiên nhi thóa. Thóa bất chí thiên, hoàn tùng kỷ đọa. Nghịch phong dương trần, trần bất chí bỉ, hoàn bộn kỷ thân. Hiền bất khả hủy, họa tất diệt kỷ.

ĐỆ CỬU CHƯƠNG
PHẢN BỔN HỘI ĐẠO

Phật ngôn: Bác văn ái đạo, đạo tất nan hội. Thủ chí phụng đạo, kỳ đạo thậm đại.

ĐỆ THẬP CHƯƠNG
HỶ THÍ HOẠCH PHƯỚC

Phật ngôn: "Đổ nhân thí đạo, trợ chi hoan hỷ, đắc phước thậm đại." Sa-môn vấn viết: "Thử phước tận hồ?"

Phật ngôn: "Thí như nhất cự chi hỏa, sổ bá thiên nhân các dĩ cự lai phân thủ, thục thực, trừ minh, thử cự như cố. Phước diệc như chi."

ĐỆ THẬP NHẤT CHƯƠNG
THÍ PHẠN CHUYỂN THẮNG

Phật ngôn: Phạn ác nhân bá, bất như phạn nhất thiện nhân.

Phạn thiện nhân thiên, bất như phạn nhất trì ngũ giới giả.

Phạn ngũ giới giả vạn, bất như phạn nhất Tu-đà-hoàn.

Phạn bá vạn Tu-đà-hoàn, bất như phạn nhất Tư-đà-hàm.

Phạn thiên vạn Tư-đà-hàm, bất như phạn nhất A-na-hàm.

Phạn nhất ức A-na-hàm, bất như phạn nhất A-la-hán.

Phạn thập ức A-la-hán, bất như phạn nhất Bích-chi Phật.

Phạn bá ức Bích-chi Phật, bất như phạn nhất Tam thế chư Phật.

Phạn thiên ức Tam thế chư Phật, bất như phạn nhất vô niệm, vô trụ, vô tu, vô chứng chi giả.

ĐỆ THẬP NHỊ CHƯƠNG
CỬ NAN KHUYẾN TU

Phật ngôn: Nhân hữu nhị thập nan:

1. Bần cùng bố thí nan.
2. Hào quý học đạo nan.

3. Khí mạng tất tử nan.
4. Đắc đổ Phật kinh nan.
5. Sanh trị Phật thế nan.
6. Nhẫn sắc nhẫn dục nan.
7. Kiến hảo bất cầu nan.
8. Bị nhục bất sân nan.
9. Hữu thế bất lâm nan.
10. Xúc sự vô tâm nan.
11. Quảng học bác cứu nan.
12. Trừ diệt ngã mạn nan.
13. Bất khinh vị học nan.
14. Tâm hành bình đẳng nan.
15. Bất thuyết thị phi nan.
16. Hội thiện tri thức nan.
17. Kiến tánh học đạo nan.
18. Tùy hóa độ nhân nan.
19. Đổ cảnh bất động nan.
20. Thiện giải phương tiện nan.

ĐỆ THẬP TAM CHƯƠNG
VẤN ĐẠO TÚC MẠNG

Sa-môn vấn Phật: "Dĩ hà nhân duyên, đắc tri túc mạng, hội kỳ chí đạo?"

Phật ngôn: "Tịnh tâm, thủ chí, khả hội chí đạo. Thí như ma kính, cấu khứ, minh tồn. Đoạn dục, vô cầu, đương đắc túc mạng."

ĐỆ THẬP TỨ CHƯƠNG
THỈNH VẤN THIỆN ĐẠI

Sa-môn vấn Phật: "Hà giả vi thiện? Hà giả tối đại?"

Phật ngôn: "Hành đạo, thủ chân giả thiện. Chí dữ đạo hiệp giả đại."

PHẦN DỊCH ÂM

ĐỆ THẬP NGŨ CHƯƠNG
THỈNH VẤN LỰC MINH

Sa-môn vấn Phật: "Hà giả đa lực? Hà giả tối minh?"

Phật ngôn: "Nhẫn nhục đa lực, bất hoài ác cố, kiêm gia an kiện. Nhẫn giả vô ác, tất vi nhân tôn. Tâm cấu diệt tận, tịnh vô hà uế, thị vi tối minh, Vị hữu thiên địa đãi ư kim nhật, thập phương sở hữu, vô hữu bất kiến, vô hữu bất tri, vô hữu bất văn, đắc Nhất thiết trí, khả vị minh hỹ."

ĐỆ THẬP LỤC CHƯƠNG
XẢ ÁI ĐẮC ĐẠO

Phật ngôn: "Nhân hoài ái dục, bất kiến đạo giả. Thí như trừng thuỷ, trí thủ giảo chi. Chúng nhân cộng lâm, vô hữu đổ kỳ ảnh giả.

Nhân dĩ ái dục giao thác, tâm trung trược hưng, cố bất kiến đạo. Nhữ đẳng sa-môn đương xả ái dục. Ái dục cấu tận, đạo khả kiến hỹ.

ĐỆ THẬP THẤT CHƯƠNG
MINH LAI ÁM TẠ

Phật ngôn: phù kiến Đạo giả, thí như trì cự, nhập minh thất trung, kỳ minh tức diệt, nhi minh độc tồn. Học đạo kiến đế, vô minh tức diệt, nhi minh thường tồn hỹ.

ĐỆ THẬP BÁT CHƯƠNG
NIỆM ĐẲNG BỔN KHÔNG

Phật ngôn: Ngô Pháp niệm vô niệm niệm, hành vô hành hạnh, ngôn vô ngôn ngôn, tu vô tu tu. Hội giả cận nhĩ, mê giã viễn hồ. Ngôn ngữ đạo đoạn, phi vật sở câu. Sai chi hào ly, thất chi tu du.

ĐỆ THẬP CỬU CHƯƠNG
GIẢ CHÂN TỊNH QUÁN

Phật ngôn: "Quán thiên địa, niệm phi thường; quán thế giới, niệm phi thường; quán linh giác, tức Bồ-đề. Như thị tri thức, đắc đạo tật hỹ."

ĐỆ NHỊ THẬP CHƯƠNG
SUY NGÃ BỔN KHÔNG

Phật ngôn: "Đương niệm thân trung tứ đại, các tự hữu danh, đô vô ngã giả. Ngã ký đô vô, kỳ như huyễn nhĩ."

ĐỆ NHỊ THẬP NHẤT CHƯƠNG
DANH THANH TÁN BỔN

Phật ngôn: "Nhân tùy tình dục, cầu ư thanh danh. Thanh danh hiển trước, thân dĩ cố hỹ! Tham thế thường danh, nhi bất học đạo, uổng công lao hình. Thí như thiêu hương, tuy nhân văn hương, hương chi tận hỹ. Nguy thân chi hỏa nhi tại kỳ hậu."

ĐỆ NHỊ THẬP NHỊ CHƯƠNG
TÀI SẮC CHIÊU KHỔ

Phật ngôn: "Tài sắc ư nhân, nhân chi bất xả, thí như đao nhận hữu mật, bất túc nhất xan chi mỹ. Tiểu nhi thỉ chi, tắc hữu cát thiệt chi hoạn."

ĐỆ NHỊ THẬP TAM CHƯƠNG
THÊ TỬ THẬM NGỤC

Phật ngôn: "Nhân hệ ư thê tử, xá trạch, thậm ư lao ngục. Lao ngục hữu tán thích chi kỳ, thê tử vô viễn ly chi niệm. Tình ái ư sắc, khởi đán khu trì? Tuy hữu hổ khẩu chi hoạn, tất tồn cam phục, đầu nê tự nịch, cố viết phàm phu. Thấu đắc thử môn, xuất trần La-hán."

ĐỆ NHỊ THẬP TỨ CHƯƠNG
SẮC DỤC CHƯỚNG ĐẠO

Phật ngôn: "Ái dục mạc thậm ư sắc. Sắc chi vi dục, kỳ đại vô ngoại. Lại hữu nhất hỹ. Nhược sử nhị đồng, phổ thiên chi nhân, vô năng vi đạo giả hỹ."

ĐỆ NHỊ THẬP NGŨ CHƯƠNG
DỤC HỎA THIÊU THÂN

Phật ngôn: "Ái dục chi nhân, do như chấp cự nghịch phong nhi hành. Tất hữu thiêu thủ chi hoạn."

ĐỆ NHỊ THẬP LỤC CHƯƠNG
THIÊN MA NHIỄU PHẬT

Thiên thần hiến ngọc nữ ư Phật, dục hoại Phật ý. Phật ngôn: "Cách nang chúng uế, nhĩ lai hà vi? Khứ. Ngô bất dụng."

Thiên thần dũ kính, nhân vấn đạo ý. Phật vị giải thuyết, tức đắc Tu-đà-hoàn quả.

ĐỆ NHỊ THẬP THẤT CHƯƠNG
VÔ TRƯỚC ĐẮC ĐẠO

Phật ngôn: "Phù vi đạo giả, do mộc tại thủy, tầm lưu nhi hành. Bất xúc lưỡng ngạn, bất vi nhân thủ, bất vi quỉ thần sở già, bất vi hồi lưu sở trụ, diệc bất hủ bại. Ngô bảo thử mộc quyết định nhập hải.

Học đạo chi nhân, bất vi tình dục sở hoặc, bất vi chúng tà sở nhiễu, tinh tấn vô vi. Ngô bảo thử nhân tất đắc đạo hỹ."

ĐỆ NHỊ THẬP BÁT CHƯƠNG
Ý MÃ MẠC TÚNG

Phật ngôn: "Thận vật tín nhữ ý, nhữ ý bất khả tín. Thận vật dữ sắc hội, sắc hội tức họa sanh. Đắc A-la-hán dĩ, nãi khả tín nhữ ý."

ĐỆ NHỊ THẬP CỬU CHƯƠNG
CHÁNH QUÁN ĐỊCH SẮC

Phật ngôn: "Thận vật thị nữ sắc, diệc mạc cộng ngôn ngữ. Nhược dữ ngữ giả, chánh tâm tư niệm: Ngã vi sa-môn, xử ư trược thế, đương như liên hoa, bất vi nê ô. Tưởng kỳ lão giả như mẫu, trưởng giả như tỷ, thiếu giả như muội, trĩ giả như tử, sanh độ thoát tâm, tức diệt ác niệm."

ĐỆ TAM THẬP CHƯƠNG
DỤC HỎA VIỄN LY

Phật ngôn: "Phù vi đạo giả, như bị càn thảo, hỏa lai tu tị. Đạo nhân kiến dục, tất đương viễn chi."

ĐỆ TAM THẬP NHẤT CHƯƠNG
TÂM TỊCH DỤC TRỪ

Hữu nhân hoạn dâm bất chỉ, dục tự trừ âm. Phật vị chi viết: "Nhược đoạn kỳ âm, bất như đoạn tâm. Tâm như công tào. Công tào nhược chỉ, tùng giả đô tức. Tà tâm bất chỉ, đoạn âm hà ích?"

Phật vị thuyết kệ:

"Dục sanh ư nhữ ý,
Ý dĩ tư tưởng sanh;
Nhị tâm các tịch tĩnh,
Phi sắc diệc phi hành."

Phật ngôn: "Thử kệ thị Ca-diếp Phật thuyết."

ĐỆ TAM THẬP NHỊ CHƯƠNG
NGÃ KHÔNG BỐ DIỆT

Phật ngôn: "Nhân tùng ái dục sanh ưu, tùng ưu sanh bố. Nhược ly ư ái, hà ưu, hà bố?"

ĐỆ TAM THẬP TAM CHƯƠNG
TRÍ MINH PHÁ MA

Phật ngôn: "Phù vi đạo giả, thí như nhất nhân dữ vạn nhân chiến, quải khải xuất môn, ý hoặc khiếp nhược, hoặc bán lộ nhi thối, hoặc cách đấu nhi tử, hoặc đắc thắng nhi hoàn. Sa-môn học đạo, ưng đương kiên trì kỳ tâm, tinh tấn dũng nhuệ, bất úy tiền cảnh, phá diệt chúng ma, nhi đắc đạo quả."

ĐỆ TAM THẬP TỨ CHƯƠNG
XỬ TRUNG ĐẮC ĐẠO

Hữu sa-môn dạ tụng Ca-diếp Phật Di giáo kinh. Kỳ thanh bi khẩn, tư hối dục thối. Phật vấn chi viết: "Nhữ tích tại gia, tằng vi hà nghiệp?"

Đối viết: "Ái đàn cầm."

Phật ngôn: "Huyền hoãn như hà?"

Đối viết: "Bất minh hỹ."

"Huyền cấp như hà?"

Đối viết: "Thanh tuyệt hỹ."

"Cấp hoãn đắc trung như hà?"

Đối viết: "Chư âm phổ hỹ."

Phật ngôn: "Sa-môn học đạo diệc nhiên. Tâm nhược điều thích, đạo khả đắc hỹ. Ư đạo nhược bạo, bạo tức thân bì. Kỳ thân nhược bì, ý tức sanh não. Ý nhược sanh não, hành tức thối hỹ. Kỳ hành ký thối, tội tất gia hỹ. Đãn thanh tịnh an lạc, đạo bất thất hỹ."

ĐỆ TAM THẬP NGŨ CHƯƠNG
CẤU KHỨ MINH TỒN

Phật ngôn: "Như nhân đoán thiết, khử tể thành khí; khí tức tinh hảo. Học đạo chi nhân khử tâm cấu nhiễm, hạnh tức thanh tịnh hỹ.

ĐỆ TAM THẬP LỤC CHƯƠNG
TRIỂN CHUYỂN HOẠCH THẮNG

Phật ngôn: "Nhân ly ác đạo, đắc vi nhân nan.

"Ký đắc vi nhân, khử nữ tức nam nan.

"Ký đắc vi nam, lục căn hoàn cụ nan.

"Lục căn ký cụ, sanh trung quốc nan.

"Ký sanh trung quốc, trị Phật thế nan.

"Ký trị Phật thế, ngộ đạo giả nan.

"Ký đắc ngộ đạo, hưng tín tâm nan.

"Ký hưng tín tâm, phát Bồ-đề tâm nan.

"Ký phát Bồ-đề tâm, vô tu vô chứng nan."

ĐỆ TAM THẬP THẤT CHƯƠNG
NIỆM GIỚI CẬN ĐẠO

Phật ngôn: "Phật tử ly ngô sổ thiên lý, ức niệm ngô giới, tất đắc đạo quả. Tại ngô tả hữu, tuy thường kiến ngô, bất thuận ngô giới, chung bất đắc đạo."

ĐỆ TAM THẬP BÁT CHƯƠNG
SANH TỨC HỮU DIỆT

Phật vấn sa-môn: "Nhân mạng tại kỷ gian?" Đối viết: "Sổ nhật gian." Phật ngôn: "Tử vị tri đạo."

Phục vấn nhất sa-môn: "Nhân mạng tại kỷ gian?"

Đối viết: "Phạn thực gian."

Phật ngôn: "Tử vị tri đạo."

Phục vấn nhất sa-môn: "Nhân mạng tại kỷ gian?"

Đối viết: "Tại hô hấp gian."

Phật ngôn: "Thiện tai! Tử tri đạo hỹ."

ĐỆ TAM THẬP CỬU CHƯƠNG
GIÁO HỐI VÔ SAI

Phật ngôn: "Học Phật đạo giả, Phật sở ngôn thuyết, giai ưng tín thuận. Thí như thực mật, trung biên giai điềm. Ngô kinh diệc nhĩ."

ĐỆ TỨ THẬP CHƯƠNG
HÀNH ĐẠO TẠI TÂM

Phật ngôn: "Sa-môn hành đạo, vô như ma ngưu. Thân tuy hành đạo, tâm đạo bất hành. Tâm đạo nhược hành, hà dụng hành đạo?"

ĐỆ TỨ THẬP NHẤT CHƯƠNG
TRỰC TÂM XUẤT DỤC

Phật ngôn: "Phù vi đạo giả, như ngưu phụ trọng, hành thâm nê trung. Bì cực, bất cảm tả hữu cố thị. Xuất ly ứ nê, nãi khả tô tức. Sa-môn đương quán tình dục thậm ư ứ nê, trực tâm niệm đạo, khả miễn khổ hỹ."

ĐỆ TỨ THẬP NHỊ CHƯƠNG
ĐẠT THẾ TRI HUYỄN

Phật ngôn: "Ngô thị vương hầu chi vị như quá khích trần; thị kim ngọc chi bửu như ngõa lịch; thị hoàn tố chi phục như tệ bạch; thị đại thiên giới như nhất ha tử; thị A-nậu trì thủy như đồ túc du.

"Thị phương tiện môn như hóa bửu tụ; thị Vô thượng thừa như mộng kim bạch; thị Phật đạo như nhãn tiền hoa; thị thiền định như Tu-di trụ; thị Niết-bàn như trú tịch ngộ; thị đảo chánh như lục long vũ; thị bình đẳng như nhất chân địa; thị hưng hóa như tứ thời mộc."

Chư đại tỳ-kheo văn Phật sở thuyết, hoan hỷ phụng hành.

TỨ THẬP NHỊ CHƯƠNG KINH CHUNG

PHẦN DỊCH NGHĨA

KINH

BỐN MƯƠI HAI CHƯƠNG

(Đời Hậu Hán, các vị Ca-diếp Ma-đằng và Pháp Lan cùng dịch)

BÀI TỰA KINH

Đức Thế Tôn khi thành đạo rồi, tự nghĩ rằng: "Lìa bỏ ái dục, được lẽ tịch tĩnh, ấy là hay hơn hết." Ngài trụ nơi đại thiền định, hàng phục các ma chướng.

Ngài ở nơi vườn Lộc gần thành Ba-la-nại mà chuyển bánh xe Pháp, thuyết Tứ diệu đế, độ cho nhóm ông Kiều-trần-như năm người đều đắc đạo.

Có những tỳ-kheo thưa hỏi chỗ nghi của mình, đức Phật nhân đó chỉ dạy làm cho mọi người đều được khai ngộ. Thảy đều chắp tay cung kính, vâng thuận theo lời dạy của Phật.[1]

CHƯƠNG THỨ NHẤT
XUẤT GIA CHỨNG QUẢ

Phật dạy: "Dứt tình thân, lìa bỏ gia đình, thấu biết lẽ tâm,[2] đạt tới nguồn cội[3] hiểu pháp vô vi,[4] đó

---

[1] Bài tựa kinh có lẽ do những người soạn kinh đưa vào, cho thấy kinh này được biên soạn từ những lời chỉ dạy của Phật, ghi lại những chỗ cốt yếu làm kim chỉ nam cho người tu tập. Vì thế không thấy giống như các kinh khác, đa phần là do ngài A-nan thuật lại sau khi nghe chính từ miệng Phật nói ra. Có lẽ cũng do được biên soạn về sau, nên qua nhiều lần in ấn đã có nhiều thay đổi. Hiện có hai dị bản khác nhau khá xa. Khi chuyển dịch kinh này, chúng tôi đã tham khảo cả hai bản để bổ khuyết cho nhau. Kinh xuất hiện khá sớm ở Trung Hoa. Theo "Thế giới sự đại biểu" của Từ Hải thì vào khoảng niên hiệu Vĩnh Bình thứ 8 đời Hiếu Minh Đế nhà Hậu Hán, tức là năm 65 theo dương lịch.

[2] Thấu biết lẽ tâm: Hiểu biết rằng tâm này vốn thanh tịnh, chân thật. Kinh Bát-nhã nói: "Đối với tất cả các pháp, tâm là thiện đạo." (bậc dẫn dắt giỏi). Nếu biết được tâm, thì biết rõ các pháp. Tất cả thế pháp đều do tâm sanh.

[3] Đạt tới nguồn cội: Thông đạt tới chỗ nguồn cội là Thật tướng, Pháp thân, Chân như, vì đó là cái gốc hóa ra muôn hình vạn trạng.

[4] Pháp vô vi: Đối với pháp hữu vi. Vô vi là pháp không tạo tác, không có bốn tướng sanh, trụ, dị, diệt.

gọi là sa-môn.¹ Vị sa-môn nghiêm giữ 250 điều giới,² mọi hành vi³ đều thanh tịnh, tu theo Bốn chân lý,⁴ thành A-la-hán.⁵ A-la-hán có thể

---

¹ Sa-môn: Viết trọn là sa-môn-na, do tiếng Phạn là Sramana, nghĩa là vị tu sĩ xuất gia giữ tịnh hạnh. Có các nghĩa là: cần giả (Người siêng năng làm các điều thiện), tức giả (người dứt bỏ các nghiệp ác), bần giả (người chịu sống cảnh thiếu thốn, nghèo túng về vật chất).

² Hai trăm năm mươi giới: Cũng gọi là Cụ túc giới, là giới hạnh đầy đủ của một vị tỳ-kheo.

³ Kinh văn là "tấn chỉ", nghĩa là "tới lui", ở đây hàm ý chỉ hết thảy mọi hành động. Bản khác là "tấn chí thanh tịnh", nghĩa là "tiến tới chỗ thanh tịnh", thấy không hợp với chỗ đang nói về 250 giới. Theo như nghĩa "tấn chỉ" thì hợp lý hơn, vì nói rộng thêm về oai nghi của vị sa-môn.

⁴ Bốn chân lý: Tức là Tứ chân đế, cũng gọi là Tứ thánh đế, Tứ diệu đế, hay Tứ đế. Tiếng Phạn là Catvariaryasatyanu. Bốn chân lý do Phật thuyết dạy là: Khổ, Tập, Diệt, Đạo. Ý nghĩa như sau: Khổ: Các chúng sanh trong sáu nẻo đều không ai thoát khỏi những sự khổ não, như sanh, già, bệnh, chết, mong cầu không được, thương yêu phải xa lìa... Tập: Nguyên nhân các sự khổ là lòng ham muốn. Diệt: Muốn dứt khổ, trước phải dứt lòng ham muốn. Đạo: Phương pháp, con đường để diệt khổ, đó là thực hành đạo Bát chánh đạo, gồm có: Chánh tri kiến, Chánh tư duy, Chánh ngữ, Chánh nghiệp, Chánh mạng, Chánh tinh tấn, Chánh niệm, Chánh định.

⁵ A-la-hán: Tiếng Phạn là Arahat, quả thánh cao nhất trong bốn quả thánh của Tiểu thừa. Người đắc quả thánh này gọi là A-la-hán, có ba nghĩa: Sát tặc: giết giặc nghịch, ở đây là chỉ giặc phiền não. Ứng cúng: Xứng đáng thọ nhận sự cúng dường của chư thiên, nhân loại, nghĩa là có đầy đủ oai nghi, phước đức. Bất sanh: Nghiệp lực đã dứt, chẳng còn phải sanh trở lại chốn thế gian.

bay trên không trung, hóa hiện các phép thần thông, [có thể tùy ý kéo dài] mạng sống qua nhiều kiếp. Vị ấy cư ngụ nơi đâu thì cảm động cả đất trời.

Quả vị thấp hơn là A-na-hàm.[1] Vị A-na-hàm, khi mạng chung sanh lên tầng trời thứ mười chín[2] rồi chứng quả A-la-hán.

Quả vị thấp hơn nữa là Tư-đà-hàm.[3] Vị Tư-đà-hàm còn một lần sanh lên cõi trời và một lần trở lại cõi người, rồi chứng quả A-la-hán.

---

[1] A-na-hàm: Quả thánh thứ ba, tiếng Phạn là **Anāgāmin**, chỉ thấp hơn quả A-la-hán. Hán dịch là Bất lai hoặc Bất hoàn, nghĩa là không còn phải tái sanh trở lại nhân gian.

[2] Tầng trời thứ mười chín: Thập cửu thiên. Các cảnh trời trong Tam giới phân ra làm ba mươi tầng. Từ dưới kể lên có 6 tầng thuộc Dục giới, 20 tầng thuộc Sắc giới, và 4 tầng thuộc Vô sắc giới. Tầng trời thứ 19 tức là Quảng quả Thiên (Brhatphala) ở Sắc giới, là cảnh cao nhất trong ba cảnh của Tứ thiền thiên.

[3] Tư-đà-hàm: Quả thánh thứ hai, thấp hơn quả A-na-hàm và A-la-hán, tiếng Phạn là **Sakṛḍāgāmin**. Hán dịch là Nhất lai, nghĩa là còn một lần sanh trở lại nhân gian trước khi chứng quả A-la-hán.

PHẦN DỊCH NGHĨA

Quả vị thấp hơn nữa là Tu-đà-hoàn.[1] Vị Tu-đà-hoàn còn bảy lần chết, bảy lần sanh rồi mới chứng quả A-la-hán.

"Khi ái dục[2] bị đoạn dứt rồi thì ví như tay chân đã chặt đứt, không còn dùng lại được nữa."[3]

CHƯƠNG THỨ HAI
TRỪ DỤC DỨT TÌNH

Phật dạy: "Vị sa-môn xuất gia cắt đứt dục tình, lìa bỏ luyến

---

[1] Tu-đà-hoàn: Quả thánh đầu tiên, hay Sơ quả, thấp nhất trong bốn quả thánh của Tiểu thừa, tiếng Phạn là Srotāpanna. Hán dịch là Nhập lưu hay Dự lưu, nghĩa là người mới nhập vào dòng. Ở đây có nghĩa là dòng thánh.

[2] Ái dục: Ái là tham ái, dục là tham dục, đôi khi cũng chỉ gọi là ái. Đó là lòng luyến ái ham muốn do sáu căn (mắt, tai, mũi, lưỡi, thân, tâm) đối với sáu trần (hình sắc, âm thanh, hương, vị, cảm xúc, các pháp) mà khởi lên.

[3] Cả bốn thánh quả đều do cắt đứt ái dục mà chứng đắc. Ái dục là nguyên nhân lưu chuyển trong luân hồi. Vị thánh cắt đứt ái dục rồi đạt cảnh giới vô dục mãi mãi, cũng như tay chân bị cắt đứt, không còn nối lại được nữa. Ái dục đã đoạn dứt thì không còn có thể ảnh hưởng gì đến bậc thánh.

ái, thấu rõ tận nguồn tâm,[1] **đạt Phật lý sâu xa, tỏ ngộ pháp vô vi, trong không chỗ chứng đắc,**[2] **ngoài không chỗ mong cầu,**[3] **tâm không trói buộc vào đạo, cũng chẳng tạo thêm nghiệp quả, không niệm tưởng,**[4] **không tạo tác,**[5] **không tu không chứng,**[6] **chẳng cần trải qua**

---

[1] Nguồn tâm: Bản thể của tâm. Luận Bồ-đề tâm nói: "Nếu vọng tâm khởi, thì biết mà chẳng theo. Khi mối vọng ấy bị dẹp đi, thì nguồn tâm trở nên không không tịch tĩnh. Như vậy muôn đức đều đủ, diệu dụng vô cùng.

[2] Không có chỗ chứng đắc: Vô sở đắc, tự thấy mình không có gì gọi là chứng đắc. Kinh Niết-bàn nói: "Không chỗ chứng đắc, đó gọi là Huệ; có chỗ chứng đắc, đó gọi là Vô minh... Có chỗ chứng đắc gọi là vòng sanh tử. Tất cả phàm phu đều luân hồi sanh tử, nên có chỗ chứng đắc. Bồ Tát đoạn dứt sanh tử, cho nên không có chỗ chứng đắc."

[3] Không có chỗ mong cầu: Vô sở cầu, không cần cầu mong gì cả. Nếu cầu mà chẳng được thì sanh khổ. Người không có chỗ mong cầu tức thoát được mối khổ này.

[4] Không chỗ niệm tưởng: Vô niệm, ở đây là vọng niệm, sự tưởng nhớ lăng xăng, chạy theo trần cảnh. Kinh Tam Huệ nói: "Không ý, không niệm, thì muôn sự đều thành. Trong ý có trăm mối niệm, thì muôn sự đều hại."

[5] Không tạo tác: Vô tác, mọi hành vi không còn sự cố ý tạo tác nữa, chỉ tùy theo nhân duyên mà sanh khởi, diệt mất. Kinh Vô lượng thọ nói: "Không tạo tác, không sanh khởi, nhìn thấy các pháp như huyễn hóa."

[6] Chẳng tu chẳng chứng (Phi tu phi chứng): Tự mình vốn có Phật tánh, chẳng do tu tập mà sanh ra. Khởi tâm tu chứng

các quả vị mà tự nhiên đạt đến cao tột.¹ Đó gọi là đạo."²

CHƯƠNG THỨ BA
DỨT BỎ THAM ÁI

Phật dạy: "Vị sa-môn cạo bỏ râu tóc,³ lãnh thọ giáo pháp, lìa bỏ tài sản thế gian, khất thực vừa đủ ăn. Mỗi ngày chỉ ăn một lần, mỗi cội cây chỉ nghỉ một đêm, tránh

---

tức là mong cầu được chứng quả, lại cũng rơi vào chỗ mong cầu. Chỉ tự thanh tịnh bản tâm, đạo tự nhiên hiển hiện. Đó là chỗ không chứng mà chứng, nên nói là chẳng tu, chẳng chứng.

1 Chẳng trải qua các quả vị (Bất lịch chư vị): Không chấp lấy các quả vị, đó chỉ là những trình tự chứng đạo tự nhiên đạt đến. Ý này cũng giống như câu phi tu phi chứng ở trên. Lại cũng có thể hiểu là sự trực ngộ Phật tánh không phụ thuộc vào các trình tự chứng đắc. Vì vậy nên nói là tự nhiên cao tới tột bậc.

2 Đối chiếu dị bản không thấy có chương này. Theo ý hướng thì phảng phất nghiêng về giáo lý Đại thừa, không thuần túy nói giáo pháp Tứ đế như những chương khác, có lẽ do người sau thêm vào.

3 Cạo bỏ râu tóc: Người xuất gia theo Phật cạo bỏ râu tóc để chứng tỏ rằng mình đã dứt bỏ những ham muốn, ràng buộc thế tục và dẹp trừ lòng kiêu mạn, tự thị.

không lặp lại.¹ [Vì biết] luyến ái và ham muốn khiến người ta ngu tối."

CHƯƠNG THỨ TƯ
PHÂN RÕ LÀNH DỮ

Phật dạy: "Chúng sanh² có mười việc lành, lại cũng có mười việc dữ. Những gì là mười? Ba việc do thân tạo ra là: sát sanh,³ trộm

---

[1] Vị tỳ-kheo ăn mỗi ngày một lần trước ngọ, quá giờ thì chẳng ăn. Không ngủ dưới một gốc cây trong hai đêm liên tiếp, vì sợ rơi vào chỗ ham thích, tham luyến nơi gốc cây ấy.

[2] Chúng sanh: Tiếng Phạn là Sattva (Tát-đỏa), Hán dịch là Chúng sanh, hay hữu tình, hữu thức, hàm sanh... Chỉ chung cho các loài trong Ba cõi, Sáu đường. Thọ nghiệp sanh tử liên miên trong vòng luân hồi, nên gọi chung là chúng sanh. Chúng sanh sanh ra bằng bốn cách: Thai sanh (sanh từ bào thai), noãn sanh (sanh ra từ trứng), thấp sanh (sanh từ chỗ ẩm ướt), hóa sanh (sanh ra do sự biến hóa).

[3] Sát sanh: giết chết, đoạn dứt một hay nhiều sanh mạng với ác ý. Kinh Niết bàn nói: Tội sát có ba bực: Hạ, Trung, Thượng. Hạ là giết hại mạng chúng sanh, cho dù là một con kiến, cho đến bất kỳ loài nào trong các loại súc sanh. Do tội ấy, kẻ phạm tội sẽ đọa vào ba đường ác: địa ngục, ngạ quỷ, súc sanh, chịu khổ bậc dưới, bậc nhẹ. Tại sao vậy? Vì những súc sanh ấy có thiện căn nhỏ, cho nên kẻ giết thọ đủ quả báo theo bậc ấy. Trung là giết từ kẻ phàm phu lần lên cho vị chứng quả A-na-hàm. Kẻ phạm tội sẽ đọa ở ba nẻo ác, chịu khổ báo bậc trung. Thượng là giết cha, giết mẹ hoặc một vị A-la-hán, hoặc Phật Bích-chi. Kẻ phạm tội sẽ đọa ở địa ngục Vô gián, chịu khổ báo nặng nề nhất.

cắp,¹ dâm dục.² Bốn việc do miệng tạo ra là: nói hai lưỡi,³ nói ác độc,⁴ nói dối,⁵ nói thêu dệt.⁶ Ba việc do ý tạo ra là: ganh ghét, sân hận, ngu si.

"Mười việc như thế trái nghịch với Thánh đạo nên gọi là dữ. Nếu ngưng dứt được mười việc dữ, thì gọi là mười việc lành."

---

¹ Trộm cắp: Nói chung bất cứ vật gì thuộc sở hữu kẻ khác, chẳng đồng ý cho mà mình tìm cách để đoạt lấy, dù công khai hay lén lút, đều là phạm vào tội này.

² Dâm dục: tình dục giữa nam nữ với nhau. Người tu Phật xuất gia dứt bỏ hẳn sự dâm dục. Người tại gia thì tránh sự tà dâm, nghĩa là không làm sự dâm dục với người không phải vợ hoặc chồng mình.

³ Hai lưỡi: Tức là nói lời không chân thật, trước sau chẳng như nhau, thường là nhằm để ly gián người khác, hoặc làm cho người nầy và người kia ghét nhau, oán nghịch nhau.

⁴ Nói ác: Nói chung là những lời độc ác, như mắng, chửi, phỉ báng, nguyền rủa người khác.

⁵ Nói dối: Nói chung là những lời không đúng sự thật, chuyện không nói có, chuyện có nói không...

⁶ Nói thêu dệt: Lời nói ra với dụng ý, do đó mà uốn nắn, thêu dệt, cố tình dùng văn chương hoa mỹ mà làm cho người nghe hiểu sai sự thật hoặc phải theo ý mình.

CHƯƠNG THỨ NĂM
CHUYỂN NẶNG THÀNH NHẸ

Phật dạy: "Người ta có những sự lầm lỗi mà chẳng biết tự hối, dứt bỏ ngay đi, thì tội lỗi tích tụ nơi thân mình, như nước đổ về biển, mỗi ngày lại càng thêm sâu rộng.

"Nếu người có lỗi mà tự biết sai lầm, bỏ dữ làm lành, thì tội lỗi tự tiêu mất, như bệnh toát ra mồ hôi, dần dần được thuyên giảm."

CHƯƠNG THỨ SÁU
KHÔNG GIẬN KẺ ÁC

Phật dạy: "Kẻ xấu ác nghe có người hiền thiện thì đến quấy rối. Chư tỳ-kheo, hãy lặng yên nhẫn chịu, đừng giận trách chi. Kẻ ấy làm điều ác là tự chuốc lấy sự ác về mình."

CHƯƠNG THỨ BẢY
LÀM ÁC GẶP ÁC

Phật dạy: "Có người nghe Phật giữ đạo, hết sức nhân từ, vì thế mà đến mắng chửi. Phật lặng thinh chẳng đáp. Chờ khi người ấy mắng xong, Phật hỏi: Ông mang lễ vật tặng người, nếu người chẳng nhận thì lễ vật ấy có trở về với ông chăng?

"Đáp: Có.

"Phật nói: Nay ông đến mắng ta, ta chẳng nhận, tức là tự ông mang họa về cho chính mình. Cũng như tiếng dội ứng với âm thanh, bóng theo với hình, chẳng hề lìa nhau. Ông hãy thận trọng chớ nên làm điều hung dữ."

CHƯƠNG THỨ TÁM
TỰ LÀM XẤU MÌNH

Phật dạy: "Kẻ hung dữ hại người hiền, cũng như ngửa mặt lên trời mà phun nước bọt. Nước bọt chẳng lên đến trời, lại rơi xuống mặt mình. Lại như kẻ ngược chiều gió mà tung bụi. Bụi ấy chẳng đến người khác, quay lại bám lấy mình.

"Cho nên, không thể làm hại người hiền lành, mà tai họa sẽ trở lại với kẻ hung ác."

CHƯƠNG THỨ CHÍN
VỀ NGUỒN HIỂU ĐẠO

Phật dạy: "Lấy sự nghe biết nhiều, luyến mến nơi đạo, ắt khó mà hiểu đạo. Bền chí phụng sự theo đạo, đạo như thế hết sức lớn lao."

PHẦN DỊCH NGHĨA

CHƯƠNG THỨ MƯỜI
TÁN TRỢ ĐƯỢC PHƯỚC

Phật dạy: "Thấy người khác thực hành bố thí[1] mà khởi tâm hoan hỷ tán trợ thì được phước rất lớn."

Một vị sa-môn thưa hỏi Phật: "Phước ấy có hết chăng?"

Phật dạy: "Ví như lửa từ một cây đuốc, trăm ngàn người đều đến mồi ra để nấu ăn hay soi sáng, cây đuốc kia vẫn còn như cũ. Phước đức ấy cũng như vậy."

CHƯƠNG THỨ MƯỜI MỘT
THÍ CƠM KHÁC BIỆT

Phật dạy: "Bố thí cơm ăn cho trăm kẻ ác, chẳng bằng bố thí cơm ăn cho một người hiền thiện.

---

[1] Bố thí: Có ba cách thí: 1.Tư sanh thí hay Tài thí: thí của cải cho người khác; 2.Pháp thí: đem đạo lý mà giảng giải, truyền bá; 3. Vô úy thí: đem sự yên ổn, không lo sợ đến cho người khác, nhất là trong những khi họ gặp nguy nan, hoạn nạn.

"Thí cho ngàn người hiền thiện, chẳng bằng thí cho một người giữ năm giới cấm.[1]

"Thí cho vạn người giữ năm giới cấm, chẳng bằng cúng dường một vị Tu-đà-hoàn.

"Cúng dường trăm vạn vị Tu-đà-hoàn, chẳng bằng cúng dường một vị Tư-đà-hàm.

"Cúng dường ngàn vạn vị Tư-đà-hàm, chẳng bằng cúng dường một vị A-na-hàm.

"Cúng dường một ức vị A-na-hàm, chẳng bằng cúng dường một vị A-la-hán.

"Cúng dường mười ức vị A-la-hán, chẳng bằng cúng dường một vị Phật Bích-chi.[2]

---

[1] Năm giới cấm là: 1. Không sát sanh, 2. Không trộm cắp, 3. Không tà dâm, 4. Không nói dối, 5. Không uống rượu. Năm giới này áp dụng cho hàng cư sĩ tại gia.

[2] Phật Bích-chi, nói đủ là Bích-chi-ca Phật-đà, do tiếng Phạn là Prateyka-Bouddha. Hán dịch là Độc giác hay Duyên

PHẦN DỊCH NGHĨA

"Cúng dường trăm ức vị Phật Bích-chi, chẳng bằng cúng dường một vị Phật ba đời.[1]

Cúng dường ngàn ức vị Phật ba đời, chẳng bằng cúng dường một người vô niệm, vô trụ, vô tu, vô chứng.[2]

CHƯƠNG THỨ MƯỜI HAI
KHÓ NÊN GẮNG TU[3]

Phật dạy: "Người ta có hai mươi

---

giác. Vị Phật Bích-chi sanh ra vào lúc không Phật Như-lai ra đời, tự mình tu học mà giác ngộ, nhập Niết-bàn, nên gọi là Độc giác. Vị Phật Bích-chi nhờ quán xét Thập nhị nhân duyên mà giác ngộ, nên gọi là Duyên-giác.

[1] Phật ba đời: Vị Phật của cả ba đời là quá khứ, hiện tại và vị lai. Phật, nghĩa là vị đã chứng nhập Niết-bàn hoàn toàn, không còn bị chi phối bởi không gian và thời gian.

[2] Người vô niệm, vô trụ, vô tu, vô chứng: Người dứt sạch vọng niệm, tâm không có chỗ vướng mắc, thấu rõ thật tướng bản lai không do tu chứng mà có được. Đoạn này ý nói đến Tự thân Phật. Người nhận ra tánh Phật của mình mà quy ngưỡng, cao quý hơn gấp ngàn ức lần việc hướng đến Phật bên ngoài mà hiến cúng. Đoạn này cũng có vẻ theo khuynh hướng Đại thừa, đối chiếu với dị bản thì có nhiều khác biệt. Có lẽ đã có sự chỉnh sửa.

[3] Đề tựa chương này là "Cử nan khuyến tu", nghĩa là nêu lên những sự khó khăn để khuyên người cố gắng tu tập.

sự khó làm, khó được:¹

1. Nghèo khổ mà làm được việc bố thí là khó.²

2. Giàu sang quyền quý mà học đạo là khó.³

3. Dám bỏ mạng sống đi vào chỗ chết là khó.⁴

4. Được thấy kinh Phật là khó.⁵

---

¹ Trong dị bản chỉ thấy có 5 điều, không phải 20. Ấy là 5 điều đầu tiên kể từ trên xuống. Chúng tôi giữ nguyên theo bản này là 20 điều, mặc dù thấy cũng có một số điều trùng lặp, hoặc theo tinh thần Đại thừa, không nhất quán với toàn văn kinh.

² Bố thí là việc được phước đức. Có tiền của để bố thí thì không khó lắm, nhiều người làm được. Nhưng kẻ nghèo túng, tự mình chưa đủ cơm ăn áo mặc mà phát tâm bố thí cho kẻ khác, điều đó mới khó làm. Ấy là chuyện "Lá rách đùm lá nát", khó làm lắm thay.

³ Người phát tâm học đạo là khó. Nhưng sanh trong nhà quyền quý, giàu sang, hưởng mọi sự sung sướng, đầy đủ mà học được đạo mới là điều khó. Bởi học đạo thì phải từ bỏ những sự sung sướng vật chất giả tạm, mà nó lại đang cuốn hút quanh mình mỗi ngày. Việc ấy thật khó làm.

⁴ Kinh văn là "tất tử", nghĩa là chắc chắn sẽ chết. Người dám liều mạng sống đã là việc khó, nhưng hầu như ít nhiều cũng còn có phần hy vọng sống sót, như người lính ra trận chẳng hạn. Kẻ biết chắc chắn sẽ chết mà vẫn dám liều thân, việc ấy mới thật rất khó làm.

⁵ Thấy được kinh Phật là rất khó, bởi không đủ nhân duyên thì chẳng được thấy. Nhiều người được nhìn thấy, nhưng chẳng có lòng tin, chẳng thể đọc hiểu, thì cũng chẳng gọi là được

PHẦN DỊCH NGHĨA

5. Được sinh vào lúc có Phật ra đời là khó.[1]

6. Tự chế sự ham muốn sắc dục là khó.[2]

7. Thấy vật tốt đẹp mà chẳng mong cầu là khó.[3]

---

thấy. Nếu thật được thấy kinh Phật, tức cũng như nghe lời Phật thuyết, học được đạo Phật, tu hành quyết định thành Phật, chẳng phải là khó lắm sao?

[1] Chư Phật ra đời rất khó gặp, mỗi vị đều phải hội đủ nhân duyên mới xuất thế. Chỉ riêng ở địa cầu này, từ Phật Thích-ca đến nay đã hơn 2.500 năm chưa có vị Phật thứ hai xuất hiện. Lại nữa, dù sanh ra cùng thời với Phật mà không đủ duyên lành cũng không gọi là gặp Phật. Như thời đức Phật Thích-ca, toàn cõi Ấn Độ chẳng phải ai ai cũng được Phật độ, mà ngoại đạo tà thuyết cũng rất đông. Nếu xét trên toàn cầu thì số ấy càng lớn nữa. Lòng từ bi của Phật dẫu bao trùm hết thảy chúng sanh, nhưng tự mình không có căn lành cũng chẳng làm sao gặp Phật. Nên nói được gặp Phật là rất khó vậy.

[2] Kinh văn là "nhẫn sắc nhẫn dục", nhẫn ở đây không phải nhẫn nhục, mà là chịu đựng, kiềm chế. Cõi Ta-bà này gọi là Dục giới, bởi mạng sống của chúng sanh tồn tại và luân chuyển do nơi sắc dục, nên biết sắc dục lôi cuốn người ta rất mạnh. Tự chế được sự ham muốn sắc dục mà hành xử đúng đắn, hợp chánh đạo là điều rất khó.

[3] Kinh văn là "kiến hảo bất cầu", chữ "hảo" là tốt đẹp. Người đời tâm tham thì thấy vật gì tốt đẹp cũng khởi tâm mong cầu, cho dẫu mình không cần đến. Nhận biết được vật tốt mà không mong cầu cho mình là điều rất khó, còn nếu đã khởi tâm ham thích, ưa muốn tức đã đi hết một nửa đường đến chỗ mong cầu rồi.

8. Bị nhục mà không giận là khó.[1]

9. Có thế lực mà không ỷ cậy là khó.[2]

10. Gặp việc mà lấy tâm vô tư ứng xử là khó.[3]

---

[1] Đây chính là hạnh nhẫn nhục của Bồ Tát. Người đời khi bị sỉ nhục tất sanh lòng oán hận, giận dữ. Bởi sự xúc phạm về thân thể như đánh đập, xô đẩy, đôi khi còn có thể nhẫn chịu được, còn sự xúc phạm về tinh thần nó ngấm ngầm mà tác động đến con người mạnh mẽ hơn gấp bội. Nên nhà Nho có câu "Ưng thọ tử bất ưng thọ nhục." (Thà chịu chết chứ chẳng chịu nhục.) Đủ biết sự nhục mạ nó làm thương tổn người đời như thế nào. Khi mình bị kẻ khác làm nhục mà giữ được tâm thản nhiên không hờn giận, chỉ có thể là kẻ biết tu hạnh nhẫn nhục. Việc ấy rất khó làm.

[2] Người đời khi có thế lực thì trong tâm thường sanh cống cao, ngã mạn, ỷ cậy vào đó rồi coi thường, hiếp chế người khác. Kẻ hiểu đạo nhìn thấy tất cả danh vọng quyền thế như bèo nổi mây trôi mới có thể dẹp trừ tâm kiêu mạn ấy. Cho nên người có thế lực mà không ỷ cậy chính là người hiểu đạo, thật rất khó làm.

[3] Kinh văn là "xúc sự vô tâm", "vô tâm" ở đây không thể hiểu là "không có tâm", mà là khi tiếp cận với sự việc chỉ thuận theo lẽ đạo mà làm, chẳng để cho nó cuốn hút mình vào vòng lo nghĩ, ưu tư, cũng không để cho những định kiến hoặc lòng yêu, ghét chi phối vào. Trước đây có bản dịch là "gặp việc không quan tâm", e rằng không đúng. Vì người gặp việc không quan tâm là người không có lòng nhân, chưa nói là trái với lời Phật dạy.

PHẦN DỊCH NGHĨA

11. Học rộng mà vẫn tham khảo nhiều là khó.[1]

12. Trừ diệt tánh ngã mạn là khó.[2]

13. Chẳng khinh người chưa học là khó.[3]

14. Giữ tâm bình đẳng là khó.[4]

---

[1] Người học rộng biết nhiều thường sanh ra tự phụ, ít khi chịu tham cứu kiến giải của người khác. Kẻ tự mình học rộng biết nhiều, nhưng vẫn chịu khó thận trọng mà tham khảo, cứu xét kỹ lưỡng nhiều nơi, quả là việc rất khó làm, vì dẹp bỏ được sự tự cao, tự mãn của mình.

[2] Ngã mạn là gốc của muôn tật xấu. Vì chấp lấy cái ta, lúc nào cũng xem ta là hay giỏi hơn kẻ khác nên làm chướng ngại cho sự học đạo. Nói trừ diệt ngã mạn là khó, bởi vì tâm ngã mạn rất khó đoạn trừ, cho đến nhiều lúc tồn tại rất vi tế mà ta chẳng nhận ra được. Vì thế mà nhiều bậc đạo cao đức trọng, khi thọ nhận sự cung kính lễ bái của người đời cũng vẫn sanh tâm ngã mạn rất khó tự biết.

[3] Người có chút kiến giải, tri thức hơn người khác, do tâm ngã mạn mà khinh thường những kẻ thấp kém hơn mình. Kẻ hiểu đạo nhận biết rằng người thấp kém ấy chẳng qua là vì chưa được học, nên chẳng dám sanh tâm khinh thường. Lại nói, trong đạo Phật theo Đại thừa, hết thảy chúng sanh đều là Phật sẽ thành, nên càng chẳng dám khinh thường. Kinh Pháp Hoa dẫn chuyện Bồ Tát Thường Bất Khinh, dù gặp bất cứ ai cũng đều cung kính lễ bái, biết rằng vị ấy về sau sẽ thành Phật. Như vậy, nếu chẳng khinh thường người chưa học, đó chính là người hiểu đạo, thật khó làm thay!

[4] Tâm bình đẳng là không thiên vị, không phân biệt kẻ thân người sơ, kẻ nam người nữ, kẻ sang người hèn, kẻ giàu người nghèo, kẻ già người trẻ. Đem lòng thương tất cả chúng sanh như nhau.

15. Không nói chuyện thị phi là khó.[1]

16. Gặp thiện tri thức là khó.[2]

17. Thấy tánh học đạo là khó.[3]

18. Tùy theo người mà hóa độ là khó.[4]

---

[1] Thị là phải, đúng. Phi là sai, trái. Chuyện thị phi ở đây là chuyện phải quấy của người khác. Tự mình hãy lo tu học, sửa mình, chẳng nên lo bàn chuyện thiên hạ. Thế nhưng tâm người đời lại rất dễ bị lôi cuốn vào những chuyện thị phi quanh mình. Kẻ dẹp bỏ, chống lại được sự lôi cuốn ấy mới có thể chuyên tâm mà làm nên những chuyện phi thường. Việc ấy thật khó làm. Ngài Huyền Trang khi xưa, thuở còn bé đang ngồi đọc sách, có đám múa lân đi ngang nhà, tất cả trẻ con đều kéo ra xem, mà ngài vẫn ngồi yên đọc sách. Thân phụ ngài nhìn thấy, biết là về sau ngài sẽ thành danh. Quả đúng như vậy.

[2] Thiện tri thức hiểu theo kinh Phật là những kẻ hiểu biết có thể chỉ dạy, dẫn dắt hoặc khuyến khích mình theo nẻo lành. Người đời chìm đắm trong ba độc là tham, sân, si, dù có người thuyết pháp cho nghe cũng chưa hẳn đã tin nhận. Nếu gặp được người bạn lành, cùng làm việc lành, sách tấn nhau tu tập, đều hiểu chung là những bậc thiện tri thức. Người như vậy thật rất khó gặp.

[3] Tất cả chúng sanh đều sẵn có tánh Phật. Nhưng nhận ra tánh ấy thật chẳng phải dễ dàng, chính là sự nghiệp một đời của người tu học Phật. Kẻ thấy tánh học đạo thì quả Phật chắc chắn đạt đến, như vậy chẳng phải là khó được lắm sao? Kinh Pháp Bảo Đàn nói: "Chẳng biết bản tâm, học pháp vô ích. Nếu tự biết bản tâm, tự thấy bản tánh, tức là bậc trượng phu, là thầy của hàng trời người, là Phật."

[4] Người đời căn tánh khác nhau, có thể tùy theo để hóa độ là rất khó.

PHẦN DỊCH NGHĨA

19. Thấy cảnh mà chẳng động tâm là khó.[1]

20. Khéo hiểu phương tiện là khó.[2]

CHƯƠNG THỨ MƯỜI BA
HỎI VỀ TÚC MẠNG

Một vị sa-môn thưa hỏi Phật: "Nhờ nhân duyên[3] gì có thể được biết túc mạng,[4] hiểu thấu lẽ đạo?"

---

[1] Người đời hễ gặp cảnh vui thì xúc động mà bám theo, gặp cảnh buồn thì xúc động mà chán ngán. Đối với cảnh, giữ tâm được chẳng động, uy vũ chẳng khuất phục, bần tiện chẳng đổi chí. Việc ấy thật khó làm. Kinh Duy-ma-cật nói: "Năng thiện phân biệt chư pháp tướng, ư đệ nhất nghĩa nhi bất động." (Có thể khéo phân biệt các pháp tướng, nơi nghĩa chân thật lòng không lay động.)

[2] Phương tiện là sự quyền biến thi hành để đạt được kết quả mong muốn. Hành xử theo khuôn thước có sẵn thì ai cũng làm được. Tự mình nghĩ ra phương tiện linh hoạt, khéo léo để đạt đến kết quả mới là điều khó. Như việc biết sao nói vậy là dễ, nhưng tùy theo trình độ của người nghe mà dẫn dắt từ dễ đến khó cho họ hiểu được, việc ấy rất khó làm.

[3] Nhân là nguyên nhân sanh ra sự vật, sự việc. Duyên là những điều kiện phụ trợ giúp cho sự vật, sự việc sanh ra. Tỷ như cái cây mọc lên, nhân là hạt giống, còn duyên là mưa nắng, đất màu, phân bón, công phu chăm sóc của người trồng...

[4] Túc mạng: kiếp trước, những đời sống đã qua. Biết được túc mạng tức là nhớ biết những kiếp quá khứ của mình, hoặc thấy biết được những kiếp quá khứ của người khác.

Phật dạy: "Giữ tâm thanh tịnh,[1] ý chí vững bền[2] thì có thể hiểu thấu lẽ đạo. Như lau chùi tấm gương sạch hết những chỗ dơ bẩn, tự nhiên được sáng trong. Nếu dứt bỏ tình dục và sự mong cầu, tất nhiên biết được túc mạng."[3]

CHƯƠNG THỨ MƯỜI BỐN
HỎI ĐIỀU HIỀN THIỆN

Một vị sa-môn thưa hỏi Phật: "Điều chi là hiền thiện? Điều chi lớn lao nhất?"

Phật dạy: "Tu theo đạo, giữ lấy sự chân thật, đó là hiền thiện. Tâm ý phù hợp với đạo, đó là lớn lao."

---

[1] Giữ cho lòng được trong sạch, yên tịnh, chẳng để phiền não, ba độc tham, sân, si làm xáo động.

[2] Kiên tâm, giữ vững ý chí, dù chưa được đạo cũng chẳng ngã lòng.

[3] Vị sa-môn muốn biết về túc mạng, rồi mới hỏi đến lẽ đạo. Đức Phật trả lời trước thấu hiểu lẽ đạo, sau tự nhiên rõ biết túc mạng. Theo ý nghĩa này, người thấu hiểu lẽ đạo thì đương nhiên rõ biết túc mạng, nhưng người rõ biết túc mạng chưa hẳn đã có thể thấu hiểu lẽ đạo.

PHẦN DỊCH NGHĨA

CHƯƠNG THỨ MƯỜI LĂM
SỨC MẠNH VÀ SÁNG SUỐT

Một vị sa-môn thưa hỏi Phật: "Thế nào là nhiều sức mạnh? Thế nào là sáng suốt nhất?"

Phật dạy: "Nhẫn nhục là có nhiều sức mạnh,[1] vì chẳng mang lòng hung dữ, lại thêm được yên lành, khỏe mạnh. Người nhẫn không làm điều hung dữ, tất nhiên được người khác tôn trọng.

"Tâm dứt hết cấu nhiễm,[2] trong sạch không chút uế trược, ấy là sáng suốt nhất.[3] Từ thuở chưa có trời đất đến nay, khắp nơi trong mười phương, không có điều chi

---

[1] Nhẫn nhục: chịu được với cảnh nghịch mà chẳng khởi ra sự giận hờn. Kinh Tăng nhất A-hàm nói: "Tỳ-kheo lấy nhẫn nhục làm sức mạnh."

[2] Cấu nhiễm: Phiền não trong tâm sanh ra uế trược. Các phiền não nói chung gom vào ba thứ: tham lam, sân hận và si mê. Dứt sạch ba thứ ấy thì tâm tự trong sáng, yên tịnh.

[3] Phiền não còn, tức là uế trược, tối tăm. Phiền não dứt, tức là trong sạch, sáng suốt.

là chẳng thấy, chẳng biết, chẳng nghe, thành tựu Nhất thiết trí.[1] Như vậy có thể gọi là sáng suốt."

CHƯƠNG THỨ MƯỜI SÁU
DỨT ÁI ĐƯỢC ĐẠO

Phật dạy: "Người ta ôm ấp sự luyến ái và tham dục[2] nên chẳng thấy được đạo. Ví như nước lóng trong, nay lấy tay quậy lên, mọi người đến đó chẳng ai nhìn thấy được hình chiếu của họ dưới nước. Người ta để cho luyến ái và tham dục làm xáo trộn, uế trược trong lòng dấy lên, nên chẳng thấy được đạo. Sa-môn các ông nên trừ bỏ sự luyến ái và tham dục. Ái dục đã trừ hết, có thể thấy được Đạo."

---

[1] Nhất thiết trí: Tiếng Phạn là **Sarvajnā** (Tát-bà-nhã), trí tuệ biết hết tất cả, tức là Phật trí, không bị giới hạn bởi không gian và thời gian, nên có thể biết trong khắp các cõi nước mười phương, trong cả ba đời quá khứ, hiện tại và vị lai.

[2] Ái dục: sự luyến ái và ham muốn đối với vợ con, nhà cửa, sự sản... Ái dục nơi con người ta là rất lớn, rất mạnh, nên Kinh Hoa Nghiêm nói: "Phá vỡ núi phiền não, tát cạn biển ái dục."

Phần dịch nghĩa

CHƯƠNG THỨ MƯỜI BẢY
SÁNG ĐẾN TỐI ĐI

Phật dạy: "Kẻ hiểu đạo cũng như người cầm đuốc đi vào nhà tối. Bóng tối liền mất đi, chỉ còn sự sáng. Người học đạo hiểu ra chân lý[1] thì ngu si tối tăm phải dứt, chỉ còn lại trí tuệ sáng suốt mà thôi."

CHƯƠNG THỨ MƯỜI TÁM
NGHĨ TƯỞNG LẼ KHÔNG

Phật dạy: "Giáo pháp của ta niệm tưởng chỗ vô niệm, thực hành hạnh vô hành, nói điều vô ngôn, tu tập chỗ không tu. Ai hiểu được thì gần đạo, ai mê muội thì xa đạo. Chỗ nói năng dứt hết, sự

---

[1] Kinh văn là "kiến đế", đây muốn nói đến Tứ diệu đế: Khổ, Tập, Diệt, Đạo. Thấy được và thực hành Bốn chân lý ấy là bậc Thánh, chẳng thấy chẳng hành, tức là phàm phu.

việc chẳng trói buộc được. Chỉ sai lệch đôi chút thì phút chốc đã mất ngay."[1]

CHƯƠNG THỨ MƯỜI CHÍN
QUÁN SÁT CHÂN GIẢ

Phật dạy: "Quán xét trời đất, nghĩ nhớ lẽ vô thường.[2] Quán xét thế giới, nghĩ nhớ lẽ vô thường.

---

[1] Chương này hoàn toàn là tinh thần Đại thừa Đốn giáo, chẳng phải dựa vào chân lý Tứ đế như hầu hết các bài khác trong kinh này. Trong dị bản bài này xếp thứ 15 và có ý hướng phù hợp với toàn văn kinh hơn. Xin dẫn ra như sau: "Phật ngôn: Ngô hà niệm niệm đạo? Ngô hà hành hành đạo? Ngô hà ngôn ngôn đạo? Ngô niệm đế đạo, bất hốt tu du dã." 佛言。吾何念念道。吾何行行道。吾何言言道。吾念諦道。不忽須臾也。(Phật nói: "Ta lấy niệm gì để niệm đạo? Ta lấy việc làm gì để hành đạo? Ta lấy lời nào để nói đạo? Ta luôn nghĩ nhớ đến đạo Tứ đế, không một giây phút nào dừng nghỉ.") Như vậy rất có khả năng là văn kinh đã bị thay đổi qua nhiều lần sao chép, sửa chữa.

[2] Kinh văn là phi thường, chúng tôi lại dịch là vô thường. Tuy hai từ đều là gốc Hán, nhưng vô thường đã được hiểu phổ biến hơn, với nghĩa là không thường tồn, phải biến đổi. Còn phi thường đôi khi bị hiểu nhầm theo nghĩa là siêu việt, xuất chúng. Trời đất và thế giới là ví dụ những sự vật to lớn nhất, nhưng vẫn phải trải qua các giai đoạn biến đổi là sanh, trụ, di, diệt.

PHẦN DỊCH NGHĨA

Quán xét linh giác[1] thấy đó là Bồ-đề.[2] Chỗ thấy biết như vậy có thể nhanh chóng được đạo."

CHƯƠNG THỨ HAI MƯƠI
CÁI TA VỐN LÀ KHÔNG

Phật dạy: "Nên nghĩ đến bốn đại[3] trong thân, mỗi đại tự nó đều có tên, rốt cuộc không đại nào là ta cả. Cái ta đã không có, chỉ như huyễn hóa thôi."[4]

---

[1] Linh giác: cái thần thức hiểu biết của mỗi chúng sanh. Nhìn từ góc độ người học đạo thì đó chính là chân tâm, chân như, Phật tánh mà mỗi chúng sanh đều có sẵn nơi mình. Phật tánh ấy thường trụ, chẳng sanh chẳng diệt, nên quán xét đó chính là Bồ-đề.

[2] Bồ-đề: Tiếng Phạn là Bodhi, Hán dịch là Đạo, Giác, Vô thượng Trí huệ. Kinh Duy-ma chú: "Chỗ tột của Đạo, gọi là Bồ-đề, đó là Chánh giác Vô tướng của chân trí."

[3] Tứ đại: Bốn chất trong thế giới, theo quan niệm thời cổ là những yếu tố hợp lại thành thân người. Đó là: 1. Địa đại (chất đất – tượng trưng cho độ cứng) 2. Thủy đại (chất nước - tượng trưng cho độ ẩm), 3. Hỏa đại (chất lửa - tượng trưng cho sức nóng) 4. Phong đại (chất gió, không khí - tượng trưng cho sự chuyển động).

[4] Huyễn hóa: không thật. Thân người do bốn chất lớn hiệp lại mà thành, nhưng cuối cùng rồi phải tan rã, không lấy gì là bền chắc.

CHƯƠNG THỨ HAI MƯƠI MỐT
THAM DANH MẤT GỐC

Phật dạy: "Người ta thuận theo tình dục, cầu lấy danh tiếng. Khi được danh tiếng thì thân không còn nữa. Tham danh theo thế tục mà chẳng chịu học đạo, chỉ uổng công phu, nhọc hình hài. Cũng như đốt hương, tuy nghe được mùi hương mà hương đã cháy hết rồi. Kìa ngọn lửa hại thân đang chực sẵn phía sau ta đó."[1]

CHƯƠNG THỨ HAI MƯƠI HAI
TÀI SẮC CHUỐC SỰ KHỔ

Phật dạy: "Của cải và sắc dục đến mà người mà chẳng chịu buông

---

[1] Người ta vì ham danh vọng thế tục mà phải khổ công nhọc xác vô cùng. Nhưng chưa chắc đã được thỏa mãn về danh vọng. Ví dầu có được đi nữa, thì ngày chết gần kề cũng chẳng hưởng được gì. Rồi khi qua đời thì mang theo tội báo, đọa vào các đường ác. Trở lại làm người thì phải chịu quả báo đau đớn, vì đã tạo tội trong lúc tranh dành công danh. Chẳng bằng biết lo tu thân hành đạo thì được an lạc thân tâm đời nầy và đời sau.

PHẦN DỊCH NGHĨA

bỏ, cũng ví như lưỡi dao có dính chút mật, chẳng đủ thành bữa ăn ngon, trẻ con liếm vào phải bị cái hại đứt lưỡi."[1]

CHƯƠNG THỨ HAI MƯƠI BA
VỢ CON TRÓI BUỘC

Phật dạy: "Người ta trói buộc với vợ con, nhà cửa còn hơn cả sự giam cầm nơi lao ngục. Lao ngục còn có hạn kỳ được thả ra, vợ con thì chẳng có lấy một ý niệm xa lìa. Tình luyến ái với sắc dục, sao chẳng biết khiếp sợ mà tránh xa? Dù hiểm nguy như ở trước miệng cọp mà vẫn cam tâm chịu. Tự mình chìm đắm trong chỗ bùn lầy nên

---

[1] Tài sắc tỷ như chút mật dính nơi lưỡi dao. Kẻ phàm phu tỷ như đứa trẻ nhỏ tham ăn, liếm dao mà bị đứt lưỡi. Kẻ phàm phu ham mê tài sắc mà phải khổ tâm, lụy thân. Hàng trí giả thấy trước cái quả khổ, nên chẳng bám theo tài sắc, liền được thảnh thơi, tự tại.

gọi là phàm phu.[1] Qua được cửa ấy[2] mới là bậc La-hán xuất trần.[3]

CHƯƠNG THỨ HAI MƯƠI BỐN
SẮC DỤC CHE LẤP ĐẠO

Phật dạy: "Trong các thứ ham muốn ái luyến, không gì sâu nặng bằng sắc đẹp. Sự ham muốn sắc đẹp bao trùm khắp cả không gì ra khỏi. May là chỉ có một mình nó mà thôi. Nếu có đến hai thứ như nó thì khắp thiên hạ chẳng còn ai có thể tu tập theo đạo."

---

[1] Phàm phu: người làm những việc thế tục. Kinh Pháp Hoa nói: Kẻ phàm phu ý thức cạn hẹp, vướng sâu vào năm dục." (Năm dục là sắc dục, thanh dục, hương dục, vị dục, xúc dục.)

[2] Tức là vượt qua được sự cám dỗ, lôi cuốn của sắc dục.

[3] Xuất trần: ra khỏi trần cấu, trần cảnh. Trần có sáu thứ: Sắc, Thanh, Hương, Vị, Xúc, Pháp. Bậc La-hán thoát khỏi phiền não gây ra bởi sáu căn nhiễm với sáu trần. Xuất trần cũng có thể hiểu đơn giản hơn là vượt ra khỏi trần tục, thế thường.

PHẦN DỊCH NGHĨA

CHƯƠNG THỨ HAI MƯƠI LĂM
LỬA DỤC THIÊU THÂN

Phật dạy: "Người say mê ái dục giống như kẻ cầm đuốc đi ngược gió, thế nào cũng bị họa cháy tay."[1]

CHƯƠNG THỨ HAI MƯƠI SÁU
THIÊN MA QUẤY RỐI PHẬT

Một vị thiên ma[2] mang cô gái rất đẹp[3] đến dâng cho Phật, muốn phá hoại ý chí của Phật. Phật nói: "Này cái túi da đựng những món dơ,[4] ông mang đến đây làm gì? Đi

---

[1] Tình dục ví như lửa dữ, đốt kẻ say mê, nhất là tình dục đối với nữ sắc thì hạng thiêu thân ở đời kể ra chẳng thể nào hết.

[2] Thiên ma, tức là ma ở cõi Trời. Ở đây chỉ cảnh Trời thứ sáu trong cõi Dục giới, là cảnh Tha hóa tự tại thiên, do vị chúa ma thống lãnh, tên là Ba-tuần. Dưới quyền vị ấy có những thiên ma thường đi thử thách người tu hành ở thế gian.

[3] Kinh văn là "ngọc nữ", người con gái tướng mạo quý đẹp như ngọc.

[4] Thân xác thịt phàm phu cho là đẹp đẽ, nhưng xét kỹ ra chẳng qua chỉ như một cái túi bằng da chứa đựng những món dơ dáy, tanh hôi mà thôi. Những món dơ ấy là: phân, nước tiểu, mủ, máu, đàm, ghèn, nước mũi, nước dãi v.v...

đi. Ta không dùng đến." Thiên ma càng thêm kính phục, nhân đó thưa hỏi về lẽ đạo. Phật giảng thuyết cho nghe, [vị ấy] liền đắc quả Tu-đà-hoàn.

CHƯƠNG THỨ HAI MƯƠI BẢY
KHÔNG VƯỚNG MẮC

Phật dạy: "Người cầu đạo như cây gỗ thả dưới nước, theo dòng trôi đi. Nếu không vướng ở hai bờ, chẳng bị người ta lấy mất, chẳng bị quỉ thần ngăn trở, không bị chỗ nước xoáy cuốn vào, lại cũng chẳng mục nát, thì ta nói chắc rằng cây ấy sẽ trôi ra biển.

"Người học đạo nếu không bị tình dục làm mê hoặc, chẳng bị các thứ tà ác quấy rối, lại tinh tấn theo lẽ vô vi, thì ta nói chắc rằng người ấy thế nào cũng đắc đạo."

PHẦN DỊCH NGHĨA

CHƯƠNG THỨ HAI MƯƠI TÁM
CHỚ BUÔNG THẢ TÂM Ý

Phật dạy: "Chớ tin nơi tâm ý, tâm ý không thể tin cậy được. Thận trọng chớ gần gũi sắc dục, gần gũi sắc dục ắt sanh tai họa.[1] Sau khi đắc quả A-la-hán rồi mới có thể tin cậy nơi tâm ý."

CHƯƠNG THỨ HAI MƯƠI CHÍN
CHÁNH QUÁN TRỪ SẮC DỤC

Phật dạy: "[Các vị sa-môn] hãy thận trọng chớ ngắm nhìn đàn bà, cũng đừng nói năng tiếp xúc. Nếu cần nói chuyện, nên giữ tâm chân

---

[1] Tâm ý của người ta hay chạy theo cảnh ngoài, cũng như con ngựa không cương. Phải kiềm chế, chú tâm vào đạo lý. Nhất là đừng một mình tiếp xúc với đàn bà, con gái. Sách Cổ Linh có chép: Thuở xưa, bên Thiên Trúc có một vị đạo nhân, tu hành trong núi, được Năm phép thần thông. Có một dâm nữ lễ bái đạo nhân, đụng cọ thân thể của người. Nhân đó, đạo nhân khởi nhiễm tâm, bèn mất thần thông. Vậy nên biết rằng nhà tu hành mà hư đạo mất chí là do nữ sắc vậy.

chánh mà suy nghĩ rằng: 'Ta là sa-môn ở đời ác trược, phải như hoa sen chẳng vấy bùn nhơ.' Đối với phụ nữ già hãy quán tưởng như mẹ mình; đối với phụ nữ lớn tuổi hơn mình, hãy quán tưởng như chị mình, hoặc nhỏ tuổi hơn thì quán tưởng như em gái; nhỏ tuổi hơn nhiều thì quán tưởng như con gái mình. Quán tưởng như thế rồi thì sanh tâm muốn độ thoát họ, dập tắt mọi ý nghĩ xấu."

CHƯƠNG THỨ BA MƯƠI
LÌA XA LỬA DỤC

Phật dạy: "Người cầu đạo ví như kẻ mặc áo bằng cỏ khô, khi lửa đến gần thì phải lo tránh. Người học đạo thấy sự tham dục phải lo tránh xa."[1]

---

[1] Người mới tu hành, chớ nên gần gũi với đàn bà con gái, tỷ như lửa gần rơm thì rơm phải cháy.

PHẦN DỊCH NGHĨA

CHƯƠNG THỨ BA MƯƠI MỐT
TĨNH TÂM TRỪ DỤC

Có người vì không dứt được lòng dâm dục, muốn tự tay cắt bỏ dương vật. Phật dạy: "Nếu cắt bỏ dương vật, chẳng bằng trừ dứt nơi tâm.[1] Vì tâm như người cai quản, nếu người cai quản dừng, thì những kẻ tùy tùng cũng phải dừng. Tà tâm chẳng dứt, cắt bỏ dương vật có ích gì?"

Phật vì người ấy mà thuyết kệ rằng:

Dục sanh ra từ ý,

Ý do tư tưởng sanh.

Ý, tưởng đều tịch tĩnh,[2]

Không sắc, không hành dâm.

---

[1] Kinh văn là "đoạn âm", "âm" ở đây là âm hành, là bộ phận sinh dục nam. Dương vật có động đều là do vọng tâm khởi lên. Nếu tâm được yên lặng, dương vật cũng nguội lạnh theo. Cho nên tâm ví như người cai quản, dương vật chỉ như người làm theo.

[2] Kinh văn là "nhị tâm", tức là chỉ đến ý và tư tưởng vừa nói ở hai câu trên.

Phật lại dạy: "Bài kệ ấy do Phật Ca-diếp thuyết."[1]

CHƯƠNG THỨ BA MƯƠI HAI
TRỪ NGÃ KHÔNG CÒN SỢ

Phật dạy: "Người ta vì ái dục sanh ra lo nghĩ, vì lo nghĩ sanh ra sợ sệt. Nếu lìa khỏi ái dục thì còn chi phải lo, còn chi phải sợ?"

CHƯƠNG THỨ BA MƯƠI BA
TRÍ SÁNG PHÁ TÀ MA

Phật dạy: "Người cầu đạo ví như một người chiến đấu chống muôn người. Mặc áo giáp lên đường, hoặc có ý khiếp sợ, hoặc nửa đường thối lui, hoặc đánh nhau mà chết, hoặc chiến thắng trở về. Sa-môn học đạo nên giữ vững lòng mình, tinh

---

[1] Phật Ca-diếp, tiếng Phạn là **Kāśyapa**, đức Phật quá khứ, trước Phật Thích-ca, cũng như đức Phật Thích-ca ra đời trước Phật Di-lặc.

tấn dũng mãnh, chẳng sợ việc sắp đến, phá diệt chúng ma¹ mà chứng đắc đạo quả."

CHƯƠNG THỨ BA MƯƠI BỐN
TRUNG ĐẠO

Một vị sa-môn ban đêm tụng kinh Di giáo của Phật Ca-diếp.² Tiếng tụng nghe buồn bã và gấp rút, trong lòng hối tiếc, muốn thối chí. Đức Phật hỏi: "Khi còn ở nhà, ông đã từng làm gì?

Đáp rằng: "Con thích khảy đàn."

Phật hỏi: "Dây chùng quá thì sao?"

Đáp rằng: "Chẳng kêu."

"Dây căng quá thì thế nào?"

---

[1] Có bốn loại ma: 1. Phiền não ma, 2. Ấm ma (Ngũ ấm tức: sắc, thọ, tưởng, hành, thức), 3. Tử ma (ma chết), 4. Thiên ma (Ma vương và quyến thuộc).

[2] Kinh Di giáo ở đây là chỉ kinh ghi lại lời dạy dỗ, dặn dò của Phật. Phật Ca-diếp ra đời trước Phật Thích-ca.

Đáp rằng: "Mất tiếng."

"Chẳng chùng, chẳng căng, giữ mức vừa phải thì thế nào?"

Đáp rằng: "Các âm đều vang lên đủ."

Phật dạy: "Sa-môn học đạo cũng giống như vậy. Nếu tâm được điều hòa vừa phải, thì có thể đắc đạo. Đối với đạo nếu tâm mạnh mẽ thái quá ắt thân phải mỏi mệt. Thân đã mỏi mệt, ý phải sanh buồn não. Nếu ý sanh buồn não, việc làm ắt thối lui. Việc làm đã thối lui, tội lỗi ắt tăng thêm nhiều. Chỉ nên thanh tịnh, an lạc thì đạo chẳng mất."

CHƯƠNG THỨ BA MƯƠI LĂM
TRỪ CẤU NHIỄM

Phật dạy: "Như người luyện sắt, loại bỏ cặn dơ mà rèn thành đồ vật. Đồ vật ấy ắt là rất tốt. Cũng vậy, người học đạo trừ bỏ những cấu nhiễm[1] trong tâm ắt sẽ được hạnh trong sạch."

CHƯƠNG THỨ BA MƯƠI SÁU
GÌ KHÓ ĐƯỢC HƠN

Phật dạy: "Người ta lìa khỏi các đường ác,[2] được làm người là khó.

"Được làm người, tránh thân nữ nhi được làm nam tử là khó.[3]

"Được làm nam tử, có đủ sáu căn là khó.[4]

---

[1] Cấu nhiễm: dơ bợn. Phiền não tức tham, sân, si và các tình dục luyến ái làm cho tâm ý dơ bợn (cấu nhiễm). Trừ hết phiền não thì thân khẩu ý liền thanh tịnh, có thể đắc đạo. Đó cũng như lấy chất cặn trong sắt ra, thì món đồ trở nên tinh hảo. Lấy chất cáu, chất bụi trong nước ra, thì nước trở nên trong sạch.

[2] Các đường ác: nơi đọa lạc, lãnh chịu các ác nghiệp. Có ba đường ác là: địa ngục, ngạ quỷ, súc sanh.

[3] Thân người nam dễ tu hành hơn người nữ. Khi Phật còn tại thế, ban đầu cũng không muốn cho người nữ xuất gia, vì có lắm điều bất tiện.

[4] Sáu căn là: Mắt, tai, mũi, lưỡi, thân, ý. Trong thân là bao hàm cả tứ chi và các bộ phận. Làm người được sáu căn trọn đủ, tránh khỏi tàn tật là khó.

"Có đủ sáu căn, được sanh nơi xứ trung tâm là khó.[1]

"Được sanh nơi xứ trung tâm, gặp Phật ra đời là khó.

"Được gặp Phật ra đời, hiểu được lẽ đạo là khó.

"Hiểu được lẽ đạo, phát khởi lòng tin mạnh mẽ là khó.

"Đã phát khởi được lòng tin mạnh mẽ, phát tâm Bồ-đề[2] là khó.

"Đã phát tâm Bồ-đề, đạt đến chỗ vô tu vô chứng[3] là khó.

CHƯƠNG THỨ BA MƯƠI BẢY
GIỮ GIỚI GẦN ĐẠO

Phật dạy: "Đệ tử Phật tuy ở cách xa Phật nhiều ngàn dặm,

---

[1] Kinh văn là "trung quốc", là nước ở giữa, ở trung tâm. Dùng ý này là đối nghịch với "biên địa hạ tiện", tức là những nơi biên thùy, xa xôi hẻo lánh, văn minh không truyền đến đầy đủ.

[2] Phát tâm Bồ-đề: Phát khởi cái chí nguyện tu hành cho đến khi thành Phật.

[3] Chỗ chứng ngộ không còn thấy có sự tu chứng.

nhưng luôn nhớ nghĩ đến giới luật, ắt được chứng quả. Còn như kẻ kề cận bên ta, thường được thấy ta, nhưng chẳng làm theo giới luật, rốt cùng chẳng thể đắc đạo."

CHƯƠNG THỨ BA MƯƠI TÁM
CÓ SANH CÓ DIỆT

Đức Phật hỏi một vị sa-môn: "Mạng sống người ta là bao lâu?" Thưa rằng: "Được vài ngày." Phật nói: "Ông chưa hiểu đạo."

Phật lại hỏi một vị sa-môn khác: "Mạng sống người ta là bao lâu?" Thưa rằng: "Chỉ trong một bữa cơm." Phật nói: "Ông chưa hiểu đạo."

Phật lại hỏi một vị sa-môn khác: "Mạng sống người ta là bao lâu?" Thưa rằng: "Chỉ trong hơi thở vào ra mà thôi."

Phật dạy: "Hay thay! Ông thật đã hiểu đạo."

CHƯƠNG THỨ BA MƯƠI CHÍN
LỜI DẠY CHẲNG SAI

Phật dạy: "Người học đạo Phật, đối với những lời Phật dạy, đều nên tin nhận. Giống như khi ăn mật, phía trong và phía ngoài đều là vị ngọt. Kinh điển của ta cũng như vậy."[1]

CHƯƠNG THỨ BỐN MƯƠI
LỄ BÁI DO NƠI TÂM

Phật dạy: "Sa-môn đi quanh cung kính,[2] đừng như con trâu kéo cối xay,[3] thân tuy đi quanh, mà

---

[1] Tỷ như mật ngọt, dù nếm chỗ nào cũng là vị ngọt. Kinh điển của Phật cũng như thế, dù trước, sau, khoảng giữa cũng chỉ thuần một vị giải thoát mà thôi.

[2] Kinh văn là "hành đạo", được hiểu theo ngày trước là một nghi thức cung kính, cũng như lễ bái, được thực hiện bằng cách cung kính đi quanh Phật theo chiều bên tay mặt.

[3] Lấy ví dụ con trâu kéo cối xay, vì nó làm như vậy là do bắt buộc, lại vô tâm mà làm. Vị sa-môn không nên như vậy.

tâm chẳng tùy theo. Nếu tâm đã cung kính, cũng chẳng cần việc đi quanh như thế."[1]

CHƯƠNG THỨ BỐN MƯƠI MỐT
LÒNG NGAY TRỪ DỤC

Phật dạy: "Người học đạo ví như con trâu chở nặng đi giữa bùn sâu. Đành rằng nó mỏi mệt hết sức, song phải chú tâm chẳng dám nhìn qua hai bên. Đến chừng ra khỏi bùn lầy, mới có thể tươi tỉnh nghỉ ngơi. Sa-môn nên quán tưởng tình dục còn nguy hiểm hơn cả bùn lầy, hãy đem lòng ngay thẳng[2] mà nghĩ

---

[1] Khi thân làm việc cung kính, trong tâm cũng phải cung kính. Nếu tâm đã thật cung kính, việc làm bên ngoài chỉ là sự bày tỏ, không quan trọng bằng trong tâm. Chỗ này người học đạo phải nên thận trọng, chớ rơi vào việc coi thường hình thức mà sai lệch ý kinh. Bài này chỉ muốn nhấn mạnh rằng tâm đạo là quan trọng hơn, tuyệt nhiên không phải bài xích các hình thức lễ bái.

[2] Kinh văn là "trực tâm": Lòng ngay thẳng, không tà vạy, không nịnh bợ, không dối gạt. Kinh Duy-ma nói: "Trực tâm là đạo trường." Kinh Lăng Nghiêm nói: "Chư Phật mười phương đều đồng một đạo, thảy đều dùng trực tâm mà ra khỏi sanh tử."

nhớ đến đạo, mới có thể thoát được các điều khổ."

CHƯƠNG THỨ BỐN MƯƠI HAI
BIẾT ĐỜI LÀ HUYỄN

Phật dạy: "Ta xem ngôi vua như bụi qua kẽ hở,[1] xem của báu vàng ngọc như ngói sạn, xem y phục gấm vóc như mảnh lụa rách, xem cõi đại thiên thế giới chỉ như trái táo,[2] xem nước hồ A-nậu[3] như dầu thoa chân.

"Ta xem các pháp môn phương tiện như của báu biến hóa mà có,

---

[1] Kinh văn là "quá khích trần".

[2] Kinh văn là "ha tử", trái ha, hạt ha, nói đủ là Ha-lê-lặc (Haritaki), cũng đọc là Ha-la-lặc, Ha-ly-lặc. Trái ấy chất đắng, dùng làm thuốc, bằng cỡ như trái táo. Đây chỉ dùng với ý so sánh về kích thước, nên chúng tôi thay hẳn bằng trái táo cho dễ hiểu.

[3] A-nậu, cũng viết là A-nậu-đạt, nói đủ là A-na-bà-đạp-đa (Anavatapta), Hán dịch là Vô nhiệt não. Hồ A-nậu ở trong núi Hy-mã-lạp, nước hồ có đủ tám công đức.

PHẦN DỊCH NGHĨA

xem Vô thượng thừa[1] như vàng lụa trong giấc mộng, xem đạo Phật như đóa hoa trước mắt, xem thiền định như cây trụ chống đỡ núi Tu-di,[2] xem Niết-bàn[3] như thức dậy sau giấc ngủ đêm, xem sự thấy biết đúng sai[4] như sáu con rồng lượn

---

[1] Lời nói để tán xưng giáo pháp chí cực, tức là Đại thừa. Kinh Hoa nghiêm nói: "Qua khỏi hai thừa (Thanh văn thừa, Duyên giác thừa), gọi là Đại thừa, Đệ nhất thừa, Thắng thừa, Tối thắng thừa, Thượng thừa, Vô thượng thừa, Lợi ích nhất thiết chúng sanh thừa."

[2] Núi Tu-di: Cũng viết Tu-di-lâu, Tu-mê-lư, Hán dịch là Diệu cao sơn.

[3] Niết-bàn: Nirvana, cũng đọc là Niết-bàn-na, Nê-hoàn, Nê-bạn. Cảnh trí dứt sạch các phiền não và tự biết rằng mình chẳng còn luyến ái. Niết (Nir) nghĩa là "ra khỏi". Bàn hay Bàn-na (vana) nghĩa là "rừng". Niết bàn là ra khỏi rừng mê tối, rừng phiền não. Theo chữ Hán cũng dùng những tên gọi khác như Tịch, Diệt độ, Bất sanh, Vô vi, An lạc, Giải thoát, Viên tịch.

[4] Kinh văn là "đảo chánh". Chỗ thấy biết quấy bậy, ngược ngạo, gọi là "đảo". Chỗ thấy biết chánh đáng, đúng đắn, gọi là "chánh". Như lấy khổ làm vui, lấy vô thường làm thường, lấy vô ngã làm ngã, lấy bất tịnh làm tịnh, gọi là đảo, đảo kiến hay điên đảo kiến. Ngược lại thì gọi là chánh, chánh kiến, chánh tri kiến.

múa,¹ xem lẽ bình đẳng² như địa vị chân thật duy nhất, xem việc hành hóa đạo lý như cây cối bốn mùa.³

Các vị đại tỳ-kheo nghe Phật thuyết kinh này xong, thảy đều vui mừng đón nhận, vâng làm theo.

KINH BỐN MƯƠI HAI CHƯƠNG

---

¹ Sáu con rồng lượn múa: Phật xem chánh kiến với đảo kiến chẳng qua như rồng lượn múa, quay đầu ra đuôi, lộn đuôi ra đầu.

² Bình đẳng như địa vị chân thật duy nhất: Nếu tu đắc Bình đẳng tâm thì đạt tới cảnh chân tuyệt đối. Phật đem tâm bình đẳng đối với chúng sanh, yêu thương tất cả như con một của mình.

³ Việc hành hóa đạo lý như cây cối bốn mùa: khi đắc bình đẳng rồi, khi chứng địa vị chân thật duy nhất rồi, Bồ tát nương địa vị ấy mà hóa đạo, tiếp độ chúng sanh, cũng như cây cối bốn mùa nương đất đai mà sanh nảy vậy.

MỤC LỤC

NGHI THỨC KHAI KINH 5
PHẦN DỊCH ÂM 13
  KINH TỰ 13
  ĐỆ NHẤT CHƯƠNG: XUẤT GIA CHỨNG QUẢ 14
  ĐỆ NHỊ CHƯƠNG: ĐOẠN DỤC TUYỆT TRẦM 15
  ĐỆ TAM CHƯƠNG: CÁT ÁI KHỬ THAM 15
  ĐỆ TỨ CHƯƠNG: THIỆN ÁC TỊNH MINH 16
  ĐỆ NGŨ CHƯƠNG: CHUYỂN TRỌNG LINH KHINH 16
  ĐỆ LỤC CHƯƠNG: NHẪN ÁC VÔ SÂN 17
  ĐỆ THẤT CHƯƠNG: ÁC HOÀN BỔN THÂN 17
  ĐỆ BÁT CHƯƠNG: TRẦN THÓA TỰ Ô 18
  ĐỆ CỬU CHƯƠNG: PHẢN BỔN HỘI ĐẠO 18
  ĐỆ THẬP CHƯƠNG: HỶ THÍ HOẠCH PHƯỚC 19
  ĐỆ THẬP NHẤT CHƯƠNG:
     THÍ PHẠN CHUYỂN THẮNG 19
  ĐỆ THẬP NHỊ CHƯƠNG: CỬ NAN KHUYẾN TU 20
  ĐỆ THẬP TAM CHƯƠNG: VẤN ĐẠO TÚC MẠNG 22
  ĐỆ THẬP TỨ CHƯƠNG: THỈNH VẤN THIỆN ĐẠI 22
  ĐỆ THẬP NGŨ CHƯƠNG: THỈNH VẤN LỰC MINH 23
  ĐỆ THẬP LỤC CHƯƠNG: XẢ ÁI ĐẮC ĐẠO 23
  ĐỆ THẬP THẤT CHƯƠNG: MINH LAI ÁM TẠ 24
  ĐỆ THẬP BÁT CHƯƠNG: NIỆM ĐẲNG BỔN KHÔNG ..24
  ĐỆ THẬP CỬU CHƯƠNG: GIẢ CHÂN TỊNH QUÁN 25
  ĐỆ NHỊ THẬP CHƯƠNG: SUY NGÃ BỔN KHÔNG 25

KINH BỐN MƯƠI HAI CHƯƠNG

ĐỆ NHỊ THẬP NHẤT CHƯƠNG:
    DANH THANH TÁN BỔN 25
ĐỆ NHỊ THẬP NHỊ CHƯƠNG: TÀI SẮC CHIÊU KHỔ 26
ĐỆ NHỊ THẬP TAM CHƯƠNG: THÊ TỬ THẬM NGỤC ... 26
ĐỆ NHỊ THẬP TỨ CHƯƠNG: SẮC DỤC CHƯỚNG ĐẠO . 27
ĐỆ NHỊ THẬP NGŨ CHƯƠNG:
    DỤC HỎA THIÊU THÂN 27
ĐỆ NHỊ THẬP LỤC CHƯƠNG:
    THIÊN MA NHIỄU PHẬT 28
ĐỆ NHỊ THẬP THẤT CHƯƠNG:
    VÔ TRƯỚC ĐẮC ĐẠO 28
ĐỆ NHỊ THẬP BÁT CHƯƠNG: Ý MÃ MẠC TÚNG 29
ĐỆ NHỊ THẬP CỬU CHƯƠNG:
    CHÁNH QUÁN ĐỊCH SẮC 29
ĐỆ TAM THẬP CHƯƠNG: DỤC HỎA VIỄN LY 30
ĐỆ TAM THẬP NHẤT CHƯƠNG: TÂM TỊCH DỤC TRỪ .. 30
ĐỆ TAM THẬP NHỊ CHƯƠNG: NGÃ KHÔNG BỐ DIỆT .. 31
ĐỆ TAM THẬP TAM CHƯƠNG: TRÍ MINH PHÁ MA 31
ĐỆ TAM THẬP TỨ CHƯƠNG: XỬ TRUNG ĐẮC ĐẠO 32
ĐỆ TAM THẬP NGŨ CHƯƠNG: CẤU KHỨ MINH TỒN ... 33
ĐỆ TAM THẬP LỤC CHƯƠNG:
    TRIỂN CHUYỂN HOẠCH THẮNG 33
ĐỆ TAM THẬP THẤT CHƯƠNG:
    NIỆM GIỚI CẬN ĐẠO 34
ĐỆ TAM THẬP BÁT CHƯƠNG: SANH TỨC HỮU DIỆT .. 35
ĐỆ TAM THẬP CỬU CHƯƠNG: GIÁO HỐI VÔ SAI 35
ĐỆ TỨ THẬP CHƯƠNG: HÀNH ĐẠO TẠI TÂM 36
ĐỆ TỨ THẬP NHẤT CHƯƠNG: TRỰC TÂM XUẤT DỤC .. 36
ĐỆ TỨ THẬP NHỊ CHƯƠNG: ĐẠT THẾ TRI HUYỄN 36

MỤC LỤC

PHẦN DỊCH NGHĨA 39
  BÀI TỰA KINH...39
  CHƯƠNG THỨ NHẤT: XUẤT GIA CHỨNG QUẢ 40
  CHƯƠNG THỨ HAI: TRỪ DỤC DỨT TÌNH......................43
  CHƯƠNG THỨ BA: DỨT BỎ THAM ÁI............................45
  CHƯƠNG THỨ TƯ: PHÂN RÕ LÀNH DỮ.........................46
  CHƯƠNG THỨ NĂM: CHUYỂN NẶNG THÀNH NHẸ....48
  CHƯƠNG THỨ SÁU: KHÔNG GIẬN KẺ ÁC 48
  CHƯƠNG THỨ BẢY: LÀM ÁC GẶP ÁC 49
  CHƯƠNG THỨ TÁM: TỰ LÀM XẤU MÌNH 50
  CHƯƠNG THỨ CHÍN: VỀ NGUỒN HIỂU ĐẠO 50
  CHƯƠNG THỨ MƯỜI: TÁN TRỢ ĐƯỢC PHƯỚC 51
  CHƯƠNG THỨ MƯỜI MỘT: THÍ CƠM KHÁC BIỆT 51
  CHƯƠNG THỨ MƯỜI HAI: KHÓ NÊN GẮNG TU...........53
  CHƯƠNG THỨ MƯỜI BA: HỎI VỀ TÚC MẠNG..............59
  CHƯƠNG THỨ MƯỜI BỐN: HỎI ĐIỀU HIỀN THIỆN.......60
  CHƯƠNG THỨ MƯỜI LĂM:
     SỨC MẠNH VÀ SÁNG SUỐT....................................61
  CHƯƠNG THỨ MƯỜI SÁU: DỨT ÁI ĐƯỢC ĐẠO 62
  CHƯƠNG THỨ MƯỜI BẢY: SÁNG ĐẾN TỐI ĐI 63
  CHƯƠNG THỨ MƯỜI TÁM: NGHĨ TƯỞNG LẼ KHÔNG..63
  CHƯƠNG THỨ MƯỜI CHÍN: QUÁN SÁT CHÂN GIẢ......64
  CHƯƠNG THỨ HAI MƯƠI: CÁI TA VỐN LÀ KHÔNG 65
  CHƯƠNG THỨ HAI MƯƠI MỐT:
     THAM DANH MẤT GỐC...66
  CHƯƠNG THỨ HAI MƯƠI HAI:
     TÀI SẮC CHUỐC SỰ KHỔ 66
  CHƯƠNG THỨ HAI MƯƠI BA: VỢ CON TRÓI BUỘC 67

KINH BỐN MƯƠI HAI CHƯƠNG

CHƯƠNG THỨ HAI MƯƠI BỐN:
    SẮC DỤC CHE LẤP ĐẠO 68
CHƯƠNG THỨ HAI MƯƠI LĂM:
LỬA DỤC THIÊU THÂN 69
CHƯƠNG THỨ HAI MƯƠI SÁU:
THIÊN MA QUẤY RỐI PHẬT 69
CHƯƠNG THỨ HAI MƯƠI BẢY: KHÔNG VƯỚNG MẮC.. 70
CHƯƠNG THỨ HAI MƯƠI TÁM:
    CHỚ BUÔNG THẢ TÂM Ý 71
CHƯƠNG THỨ HAI MƯƠI CHÍN:
    CHÁNH QUÁN TRỪ SẮC DỤC 71
CHƯƠNG THỨ BA MƯƠI: LÌA XA LỬA DỤC 72
CHƯƠNG THỨ BA MƯƠI MỐT: TĨNH TÂM TRỪ DỤC 73
CHƯƠNG THỨ BA MƯƠI HAI:
    TRỪ NGÃ KHÔNG CÒN SỢ 74
CHƯƠNG THỨ BA MƯƠI BA: TRÍ SÁNG PHÁ TÀ MA.. 74
CHƯƠNG THỨ BA MƯƠI BỐN: TRUNG ĐẠO 75
CHƯƠNG THỨ BA MƯƠI LĂM: TRỪ CẤU NHIỄM 76
CHƯƠNG THỨ BA MƯƠI SÁU: GÌ KHÓ ĐƯỢC HƠN 77
CHƯƠNG THỨ BA MƯƠI BẢY: GIỮ GIỚI GẦN ĐẠO 78
CHƯƠNG THỨ BA MƯƠI TÁM: CÓ SANH CÓ DIỆT 79
CHƯƠNG THỨ BA MƯƠI CHÍN:
    LỜI DẠY CHẲNG SAI 80
CHƯƠNG THỨ BỐN MƯƠI: LỄ BÁI DO NƠI TÂM 80
CHƯƠNG THỨ BỐN MƯƠI MỐT:
    LÒNG NGAY TRỪ DỤC 81
CHƯƠNG THỨ BỐN MƯƠI HAI:
    BIẾT ĐỜI LÀ HUYỄN 82
KINH BỐN MƯƠI HAI CHƯƠNG 84

Lời thưa

Trong kinh Pháp Cú, đức Phật dạy rằng: "Pháp thí thắng mọi thí." Thực hành Pháp thí là chia sẻ, truyền rộng lời Phật dạy đến với mọi người. Mỗi người Phật tử đều có thể tùy theo khả năng để thực hành Pháp thí bằng những cách thức như sau:

1. Cố gắng học hiểu và thực hành những lời Phật dạy. Tự mình học hiểu càng sâu rộng thì việc chia sẻ, bố thí Pháp càng có hiệu quả lớn lao hơn. Nên nhớ rằng việc đọc sách còn quan trọng hơn cả việc mua sách.

2. Phải trân quý kinh điển, sách vở in ấn lời Phật dạy. Khi có điều kiện thì mua, thỉnh về nhà để tự mình và người trong gia đình đều có điều kiện học hỏi làm theo. Không nên giữ làm của riêng mà phải sẵn lòng chia sẻ, truyền rộng, khuyến khích nhiều người khác cùng đọc và học theo. Không nên để kinh sách nằm yên đóng bụi trên kệ sách, vì kinh sách không có người đọc thì không thể mang lại lợi ích.

3. Tùy theo khả năng mà đóng góp tài vật, công sức để hỗ trợ cho những người làm công việc biên soạn, dịch thuật, in ấn, lưu hành kinh sách, để ngày càng có thêm nhiều kinh sách quý được in ấn, lưu hành.

Thông thường, việc chi tiêu một số tiền nhỏ không thể mang lại lợi ích lớn, nhưng nếu sử dụng vào việc giúp lưu hành kinh sách thì lợi ích sẽ lớn lao không thể suy lường. Đó là vì đã giúp cho nhiều người có thể hiểu và làm theo lời Phật dạy. Mong sao quý Phật tử khắp nơi đều lưu tâm đóng góp sức mình vào những việc như trên.

TINH YẾU THỰC HÀNH PHÁP THÍ

- Mua thỉnh kinh sách về đọc, tự mình sẽ được rất nhiều lợi ích.
- Chia sẻ, truyền rộng bằng cách cho mượn, biếu tặng kinh sách đến nhiều người thì lợi ích ấy càng tăng thêm gấp nhiều lần.
- Đóng góp công sức, tài vật để hỗ trợ công việc biên soạn, dịch thuật, giảng giải, in ấn, lưu hành kinh sách thì công đức lớn lao không thể suy lường, vì có vô số người sẽ được lợi ích từ việc lưu hành kinh sách.

www.ingramcontent.com/pod-product-compliance
Ingram Content Group UK Ltd.
Pitfield, Milton Keynes, MK11 3LW, UK
UKHW022221230426
12048UKWH00016BA/991